普通高等教育"十一五"国家级规划教材

普通高等教育精品教材

国家外语非通用语种本科人才培养基地教材

泰语教程

（修订本）

หนังสือเรียนภาษาไทย

第一册
เล่ม ๑

潘德鼎 编著

北京大学出版社
PEKING UNIVERSITY PRESS

图书在版编目(CIP)数据

泰语教程. 第1册 / 潘德鼎编著. —2版（修订本）. —北京：北京大学出版社，2011.6
ISBN 978-7-301-18824-8

Ⅰ. 泰… Ⅱ. 潘… Ⅲ. 泰语—高等学校—教材 Ⅳ. H412

中国版本图书馆CIP数据核字（2011）第074217号

书　　　　名：	泰语教程（修订本）第一册
著作责任者：	潘德鼎　编著
责 任 编 辑：	杜若明
标 准 书 号：	ISBN 978-7-301-18824-8/H·2819
出 版 发 行：	北京大学出版社
地　　　　址：	北京市海淀区成府路205号　100871
网　　　　址：	http://www.pup.cn
电　　　　话：	邮购部 62752015　发行部 62750672　编辑部 62753374　出版部 62754962
电 子 邮 箱：	zpup@pup.pku.edu.cn
印 　刷 　者：	河北博文科技印务有限公司
经 　销 　者：	新华书店
	787毫米×1092毫米　16开本　16印张　285千字
	2004年9月第1版
	2011年6月第2版　2025年1月第9次印刷
定　　　　价：	37.00元（含MP3盘1张）

未经许可，不得以任何方式复制或抄袭本书之部分或全部内容。
版权所有，侵权必究　举报电话：010-62752024
电子邮箱：fd@pup.pku.edu.cn

目 录

编者说明 …… I

语音导论 …… Ⅲ

第一课 …… 1

一、字母及拼读规则 / -1-

1. 单元音 -า -ะ -อ เ-าะ / -1-

2. 中辅音 ก จ ด ฎ ต ฏ / -2-

二、学说话 / -4-

第二课 …… 6

一、字母及拼读规则 / -6-

1. 单元音 -ี -ิ เ- เ-ะ แ- แ-ะ / -6-

2. 中辅音 ป บ อ / -7-

3. 声调 / -8-

二、学说话 / -12-

第三课 …… 15

一、字母及拼读规则 / -15-

1. 单元音 -ู -ุ โ- โ-ะ / -15-

2. 尾音 ง น ม / -16-

二、学说话 / -19-

第四课 …… 22

一、字母及拼读规则 / -22-

1. 单元音 เ-อ เ-อะ -ื -ึ / -22-

2. 尾音 ก ด บ / -23-

3. 单元音小结 / -23-

I

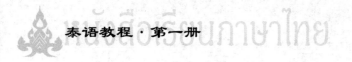

  4. 中辅音小结 / -24-

 二、学说话 / -27-

第五课 ································ 31
 一、字母及拼读规则 / -31-
  1. 复元音 เ-ย เ-ือ -ัว / -31-
  2. 辅音 บ ค ฆ / -32-
  3. 高辅音和低辅音 / -32-
 二、学说话 / -37-

第六课 ································ 41
 一、字母及拼读规则 / -41-
  1. 复元音 -าย -ัย ไ- ใ- / -41-
  2. 辅音 ฉ ช ฌ, ผ พ ภ / -41-
 二、学说话 / -44-

第七课 ································ 48
 一、字母及拼读规则 / -48-
  1. 复元音 -ุย โ-ย -อย เ-ย / -48-
  2. 辅音 ฝ ฟ, ถ ฐ ท ธ ฑ ฒ / -49-
 二、学说话 / -51-

第八课 ································ 55
 一、字母及拼读规则 / -55-
  1. 复元音 -าว เ-า -ิว เ-ว แ-ว / -55-
  2. 辅音 ส ศ ษ ซ, ห ฮ / -56-
  3. 高辅音小结 / -57-
 二、学说话 / -59-

第九课 ································ 63
 一、字母及拼读规则 / -63-
  1. 复元音 เ-ียว เ-ือย -วย / -63-
  2. 辅音 ง น ณ ม ย ญ ว ร ล ฬ / -64-
  3. 复元音小结 / -67-

4. 低辅音小结 / -68-

 二、学说话 / -70-

第十课 ··· 73

 一、字母及拼读规则 / -73-

  复辅音 / -73-

 二、学说话 / -76-

第十一课 ·· 79

 一、字母及拼读规则 / -79-

  1. 前引和前引字 / -79-

  2. 数字 / -81-

 二、学说话 / -84-

第十二课 ·· 88

 一、字母及拼读规则 / -88-

  1. 尾音及可作尾音的字母 / -88-

  2. 特殊读法 / -89-

  3. 常用符号 / -91-

 二、学说话 / -95-

 附表：泰语辅音字母名称表 / -98-

บทที่ ๑๓ จัดเวลาให้ดี ·· 99

บทที่ ๑๔ ถามปัญหา ··· 111

บทที่ ๑๕ ออกกำลังกาย ·· 121

บทที่ ๑๖ ทำความสะอาด ··· 132

บทที่ ๑๗ งานรื่นเริง ·· 148

บทที่ ๑๘ ทักทายปราศรัย ··· 165

บทที่ ๑๙ ซื้อของ ··· 180

บทที่ ๒๐ ญาติใกล้ชิด ··· 194

บทที่ ๒๑ เจ็บป่วย ··· 213

词汇表 ··· 226

编者说明

《泰语教程》修订本是在1989年出版的《泰语基础教程》和2004年出版的《泰语教程》基础上经过进一步的修改和补充出版的。这部教材的编写理念是使教材尽量符合中国学生学习泰语的需要，便于解决中国学生学习泰语中遇到的困难和问题，帮助学生通过两年的学习达到北京大学泰语专业教学计划中规定的各项指标。

为了能编写出符合上述理念的教材，我们在总结北京大学泰语专业几十年来的教学经验和教训的基础上，对教材内容和编写方法进行了许多重大的改革和创新。

在语音教学方面，除了对汉语中不存在的音素从语音学的角度给学生讲解清楚并编写了有针对性的练习以外，还对汉语中有相似的、但与泰语又有差异因而学生容易发生偏差的音素，在教材中予以指明，并编写了大量练习。除此以外，我们还对如何区分泰语中特有的长、短音给予理论上的分析和指导，以便于学生正确掌握泰语长、短音。我们还将泰国小学教科书中的 [j]、[w] 尾音根据实际发音改成了以 [i]、[u] 收尾的复元音。这样做更符合语音学原理和泰语语音实际，也更符合泰语教学的需要，可以使学生从一开始就学到准确的语音。

由于泰语文字的拼读规则十分繁杂，几乎要到这些规则全部学完后（大约需用六周时间）才能拼读出一句完整的日常用语来，学生学习时十分枯燥。为了解决这个问题，同时也是为了让学生能正确掌握语流中的语音，使语音自然、流畅、不生硬，我们采用了学说话与学文字及拼读规则同时进行的方法。鉴于泰语的基本句法结构与汉语有很多相同之处，因此这种教学方法不会给学生的学习带来太大的困难。在尚不识字的情况下学说话，还能有利于开发学生通过耳朵学习外语和训练用外语思维的习惯。

在语法学习方面，中国学生学习泰语感到困难的地方主要集中在数量很多的虚词、与汉语不同的句子结构和词语搭配等几个方面。因此，我们认为没有必要在基础阶段的教学中系统地来讲解泰语语法，而应该把基础阶段有限的时间集中使用在解决学生的学习难点上。句型教学在这方面具有比较大的优势。我们将常用虚词、与汉语不同的句子结构和词语搭配等确定为选择句型的对象，然后为每个句型编写大量的例句和练习，让学生通过大量的练习体会每个句型所要表达的语义，争取学生在要表达这种语义时能"脱口而出"。我们在进行句型教学的同时，也注意到理解和交际两个方面，让学生在正确理解的基础上进行句型操练，在操练的同时引导学生注意所学句型在一定语境中的运用。

在词汇学习方面，学生感到困难的是很多虚词、虚词和实词中同义词近义词的辨析以及一些与汉语相似又有区别的词语。我们除了利用现有的研究成果（包括泰国语言学者研究的和我们自己长期积累的）外，对尚无现成研究成果的许多问题，尤其是中国学生学习泰语时遇到的特殊问题进行了大量和深入的研究，并将这些成果编写到这部教材中。为了便于学生掌握和运用，还编写了大量的、形式多样的练习。

本教材的前身《泰语基础教程》及《泰语教程》第一版得到了我国泰语教学工作者的认同。很多院校采用了这部教材并在教学中收到了较好的成效。也有一些院校在编写自己的教材中引用了其中的一些研究成果。本次修改和补充除了更新部分素材外，又对某些尚有欠缺的讲解进行了补充或修改，以期使这部教程更趋完善。

《泰语基础教程》以及《泰语教程》的第一版和修订本在编写和修改的过程中，得到了泰国专家西提差（อาจารย์สิทธิชัย สงฆรักษ์）老师的很大帮助，也得到了其他许多泰国朋友如 อาจารย์กนกพร นุ่มทอง อาจารย์ธิติ มานิตยกุล 等的帮助，同时还得到了北京大学泰语专业裴晓睿教授、薄文泽教授、傅增有教授、任一雄教授和万悦容讲师等的支持和协助。在此向他们表示由衷的感谢。

《泰语教程》修订本的出版得到了北京大学教材建设委员会、北京大学教育部特色专业亚非语种群、北京大学国家外语非通用语种本科人才培养基地以及北京大学出版社的支持或资助，在此也向他们致以真诚的谢意！

编　者

语音导论

学好语音的重要性 语言是人类的交际工具。语音是语言的物质外壳。在日常生活中，人们大量地通过说话来传递思想。必须正确地掌握一种语言的发音，才能较好地发挥那种语言交际工具的作用。同时，在外语学习中，正确地掌握好发音也是为以后全面地掌握这种外语打基础。因此，语音是学习外语的一个很重要的环节。为了便于学生能更自觉地掌握好泰语的发音，下面简单地介绍一下有关泰语发音的一些知识。

发音器官 语音是由肺部呼出的气流经过发音器官的调节而形成的。发音器官的构造及各部分的名称如下图所示。

1. 上唇　　2. 下唇
3. 上齿　　4. 下齿
5. 上齿龈　　6. 硬腭
7. 软腭　　8. 小舌
9. 舌端（其尖端叫舌尖）
10. 舌面　　11. 舌根
12. 声带（包括声门）
13. 气管　　14. 会厌
15. 口腔　　16. 鼻腔

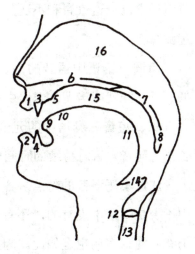

发音器官及发音部位示意图

音素、音节和尾音 语音中能区别意义的最小单位叫音素。汉语普通话里的“妈”[mā]中就包含着[m][a]和声调[ˉ]三个音素。“忙”[máng]中就包含着[m][a][ng]和声调[ˊ]四个音素。泰语中音素的数量比较多。

由音素构成的包含一个比较响亮中心的语音成分叫音节。在汉语中，一般地讲一个字就是一个音节。以元音收尾的音节叫开音节，如汉语里的"妈"[mā]；以辅音收尾的音节叫闭音节，如"忙"[máng]。闭音节中收尾的那个辅音叫尾音。

元音和辅音　元音和辅音是两类不同性质的音素。

发音时声带振动，气流在通路上不受阻碍的这类音素叫元音。元音根据发音时舌位（舌头隆起部分的位置）的前后分为前元音、中元音和后元音；根据舌位的高低分为高元音、半高元音、半低元音和低元音；又根据发音时双唇是否收圆分为圆唇元音和不圆唇元音。如汉语里的[i]是前、高、不圆唇元音，[u]是后、高、圆唇元音。

发音时气流在通路上受到某种阻碍的音素叫辅音。辅音根据形成阻碍的部位和方法加以分类。发音部位即发音时形成阻碍的部位。不同的发音部位形成不同的辅音，如双唇辅音、唇齿辅音、舌端齿龈辅音、舌面硬腭辅音、舌根软腭辅音、声门辅音等。发音方法即发音时形成阻碍和克服阻碍的方法。不同的发音方法也形成不同的辅音，如塞音、塞擦音、擦音、边音、闪音、鼻音等。此外，还可以根据发音时声带是否振动分为浊音（声带振动）和清音（声带不振动）；根据发音时是否同时有较强的气流送出分为送气音和不送气音。如汉语中的[p]是双唇塞音，清，送气；[n]是舌端齿龈鼻音。

声调　泰语中语音的高、低、升、降能区别意义，这种能区别意义的语音高、低、升、降就叫声调。泰语中有五个声调。

长、短音　泰语中的元音还有长、短之分。长元音在发音时持续的时间相对较长，短元音发音时持续的时间相对较短。长、短元音在泰语中也区分词义。

注意泰语语音的特点　各种语言的语音都有自己的特点。泰语中音素比较多，其中不少是汉语中没有的，还有一些乍听起来似乎与汉语中相应的因素相同，但实际上仍有差别。声调也是如此。因此，在学习泰语语音时必须注意这些不同于汉语语音的地方，并且下苦功掌握它。初学泰语时，在语音上会有一定的困难，但只要我们以一丝不苟的精神，用心体会，刻苦练习，是能够很好地掌握泰语语音的。

泰语文字　泰语是拼音文字，文字的拼读基本上是很规则的。但由于受梵文、巴利文和高棉文文字的影响，字母较多。在拼写梵文、巴利文、高棉文借词时，有一些特殊的拼法和读法，我们在学习时要多加注意。

第一课

一、字母及拼读规则

1. 单元音 泰语中的单元音分长短。长单元音的声调略低于汉语的阴平，短单元音的声调又低于长单元音（详见第二课讲解）。泰语中短单元音发音短促，气流被声门堵塞，类似我国吴方言中的入声。

1） -า* 央、低、不圆唇、长元音。舌位低，前后居中；口形略大。

-า	-า	-า	-า

2） -ะ 央、低、不圆唇、短元音。舌位和口形与 -า 相同。

-ะ	-ะ	-ะ	-ะ

3） -อ 后、半低、圆唇、长元音。舌位较低并后缩，双唇收圆，口形较大。汉语普通话中没有这个元音，要注意练习。

-อ	-อ	-อ	-อ

4） เ-าะ 后、半低、圆唇、短元音。舌位和口形与 -อ 相同。

เ-าะ	เ-าะ	เ-าะ	เ-าะ

---

* "-"代表辅音的位置。泰语元音在书写时有的在辅音之右，有的在辅音之左、还有的在辅音之上或之下，甚至可能同时出现在辅音的几个方向。所以在学泰语元音时，要注意元音在书写中的位置。

2.中辅音 泰语中的辅音分为中、高、低三组，各组辅音有不同的声调拼读规则。本课学的均为中辅音。

1） ก 舌根软腭塞音、清音、不送气。舌根隆起贴住软腭形成阻碍，然后气流冲破阻碍形成此音。

ก*	ก	ก	ก
กา	กะ	กอ	เกาะ

2） จ 舌面硬腭塞擦音、清音、不送气。舌尖轻抵下齿背，舌面隆起贴住硬腭形成阻碍，然后气流冲破阻碍，并在舌面和硬腭间稍带摩擦形成此音。汉语普通话中的z及zh分别是舌尖前音和舌尖后音，与จ 有区别。

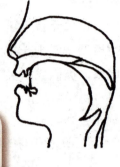

จ	จ	จ	จ
จา	จะ	จอ	เจาะ

3） ต ฏ 舌端齿龈塞音、清音、不送气。舌端顶住上齿龈形成阻碍，然后气流冲破阻碍形成此音。

ต	ต	ต	ต
ฏ	ฏ	ฏ	ฏ
ตา	ตะ	ตอ	เตาะ

4） ด ฎ 舌端齿龈塞音、浊音、不送气。发音部位与 ต 相同，发音时气流带动声带发生振动。汉语普通话及多数方言中都没有这个辅音，因此要多加练习。

ด	ด	ด	ด
ฎ	ฎ	ฎ	ฎ
ดา	ดะ	ดอ	เดาะ

* 泰语单独发某一辅音时，习惯用元音 -อ跟辅音拼读。

书写

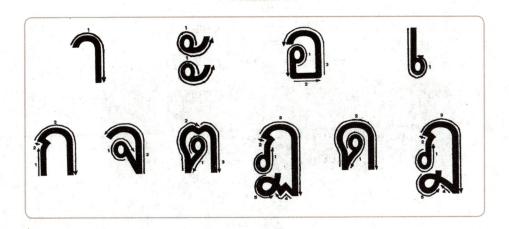

练习

1. 反复朗读本课所学元音和辅音，尤其要注意汉语中没有的或与汉语不同的元音和辅音。

2. 朗读下列发音练习，注意长、短元音及清、浊辅音的区别。

（1）

长	-า　-อ
短	-ะ　เ-าะ

（2）

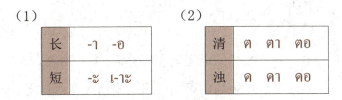

清	ต　ตา　ตอ
浊	ด　ดา　ดอ

3. 拼读下列音节。

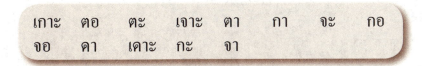

เกาะ　ตอ　ตะ　เจาะ　ตา　กา　จะ　กอ
จอ　ดา　เดาะ　กะ　จา

4. 抄写。
（1）抄写本课所学元音、中辅音各十遍；
（2）将本课学的元音、辅音及练习3 中列出的音节每个抄写三遍。

5. 听写本课所学元音、辅音及音节。

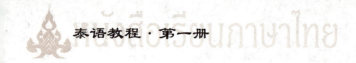

二、学 说 话

句型

例句	นี่ตา	这是眼睛。
问话形式	นี่อะไรครับ(คะ)	这是什么？
答话形式	ตาครับ(ค่ะ)	眼睛。

生词

นี่	这	นั่น	那
โน่น	那（远指）	อะไร	什么
ตา	眼睛	ปาก	嘴
หู	耳朵	ฟัน	牙齿
ดินสอ	铅笔	ปากกา	钢笔
โต๊ะ	桌子	เก้าอี้	椅子
ม้านั่ง	凳子	สวัสดี	安康，平安；你好，您好
ครับ	男性表示礼貌的语尾词和应答词。		
คะ	女性表示礼貌的语尾词，用于问话或呼语句尾。		
ค่ะ	女性表示礼貌的语尾词，用于答话或叙述句尾，也用作应答词。		
ขา	女性用应答词。		

练习

1. 用泰语做下列句型练习：

   1）这是（眼睛，嘴，耳朵，牙齿）。

   2）那是（铅笔，钢笔，桌子，椅子，凳子）。

   3）那（远指）是（铅笔，钢笔，桌子，椅子，凳子）。

2. 用泰语的"这是什么?"、"那是什么?"、"那（远指）是什么?"作问答练习。

常用语句

สวัสดีครับ　　你好，您好（男性用）
สวัสดีค่ะ　　　你好，您好（女性用）
คุณ....　　　　在称呼对方时，冠于对方姓名前表示尊重。

对话

ชาย(หญิง) 男（女）：	คุณหลี่ครับ(คะ)	李女士（李先生）。
หญิง(ชาย) 女（男）：	ขา(ครับ)	欸。
ชาย(หญิง) 男（女）：	นี่อะไรครับ(คะ)	这是什么？
หญิง(ชาย) 女（男）：	ดินสอค่ะ(ครับ)	铅笔。
ชาย(หญิง) 男（女）：	นั่นอะไรครับ(คะ)	那是什么？
หญิง(ชาย) 女（男）：	เก้าอี้ค่ะ(ครับ)	椅子。
ชาย(หญิง) 男（女）：	โน่นอะไรครับ(คะ)	那是什么？
หญิง(ชาย) 女（男）：	โต๊ะค่ะ(ครับ)	桌子。

第二课

一、字母及拼读规则

1. 单元音

1） -ี　前、高、不圆唇、长元音。舌面向硬腭抬起，双唇扁平，开口度小。

-ี	-ี	-ี	-ี
กี	จี	ตี	ดี

2） -ิ　前、高、不圆唇、短元音。舌位和口形与 -ี 相同。

-ิ	-ิ	-ิ	-ิ
กิ	จิ	ติ	ดิ

3） เ-　前、半高、不圆唇、长元音。舌面向硬腭稍抬起，双唇扁平，开口度比 -ี 稍大。这个元音与汉语普通话中的 ê 相同，但是汉语普通话中的 ê 只能单独构成音节，不跟辅音拼合，能跟辅音拼合的只能是 ie 或者 ei。因此，在练习 เ- 与辅音拼合时要避免受汉语的影响。

เ-	เ-	เ-	เ-
เก	เจ	เต	เด

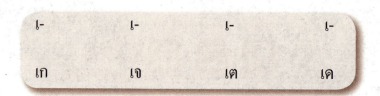

4) เ-ะ 前、半高、不圆唇、短元音。舌位和口形与 เ- 相同。

เ-ะ	เ-ะ	เ-ะ	เ-ะ
เกะ	เจะ	เตะ	เดะ

5) แ- 前、半低、不圆唇、长元音。舌位较低但不后缩，双唇扁平，开口度比 เ- 稍大。汉语普通话中没有这个元音，要注意练习。

แ-	แ-	แ-	แ-
แก	แจ	แต	แด

6) แ-ะ 前、半低、不圆唇、短元音。舌位和口形与 แ- 相同。

แ-ะ	แ-ะ	แ-ะ	แ-ะ
แกะ	แจะ	แตะ	แดะ

2. 中辅音

1) ป 双唇塞音、清音、不送气。双唇闭合形成阻碍，然后气流冲破阻碍形成此音。

ป	ป	ป	ป	
ปา	ปะ	ปี	ปิ	เป
เปะ	แป	แปะ	ปอ	เปาะ

2) บ 双唇塞音、浊音、不送气。发音部位与 ป 相同，但发音时声带振动。汉语普通话及多数方言中都没有这个辅音，要注意练习。

บ	บ	บ	บ	
บา	บะ	บี	บิ	เบ
เบะ	แบ	แบะ	บอ	เบาะ

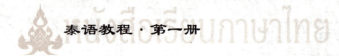

3） อ 声门塞音。声门闭合形成阻碍，然后气流冲破阻碍形成此音。

อ	อ	อ	อ	
อา	อะ	อี	อิ	เอ
เอะ	แอ	แอะ	ออ[*1]	เอาะ

3. 声调

泰语共有五个声调。

第一声调 发单音时，大致为332，语流中为33，略低于汉语普通话的阴平。书写时不加声调符号。我们已经学过的长元音以及中辅音与长元音相拼的音节就是这个声调。如：

-า	-อ	-ี	เ-	แ-
กา	จอ	ดี	เบ	แป

第二声调 发单音时，大致为211，语流中为11。书写时用声调符号“ -่ ”来表示。如：

บ่า	แด่	กี่[*2]	จ่อ

短单元音以及中辅音与短单元音相拼的音节本身就发第二声调，因此不再加声调符“-่ ”。如：

-ะ	เ-าะ	-ิ	เ-ะ	แ-ะ
จะ	เกาะ	ปิ	เตะ	แกะ

第三声调 降调，大致为51。书写时用声调符号“-้ ”来表示。如：

บ้า	จ้อ	จี้	แก้

*1 中辅音อ和元音อ在形状上完全相同，只能从位置上来区分。

*2 泰语的声调符号必须写在辅音的右上角。如果辅音上面有元音，须写在该元音之上。

第四声调　发单音时，大致为453，语流中为55，与汉语普通话中的阴平近似。书写时用声调符号“ -๊ ”来表示。如：

ก๊า	เจ๊	จ๊ะ	แป๊ะ

第五声调　大致为215。声调先略向下滑，然后转为上升。与汉语上声略有不同，下滑部分没有汉语上声那么明显，但调尾略高于汉语上声；又不同于汉语阳平，汉语阳平没有下滑部分。书写时用声调符号“-๋ ”来表示。如：

ก๋า	จ๋า	ป๋า

泰语声调示意图

（发单音时）

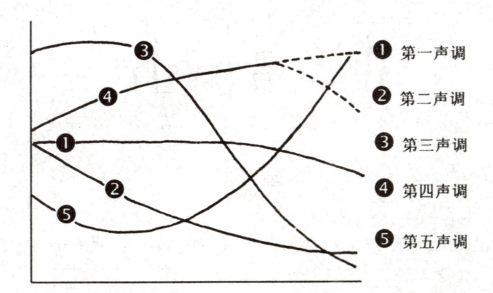

① 第一声调
② 第二声调
③ 第三声调
④ 第四声调
⑤ 第五声调

书写

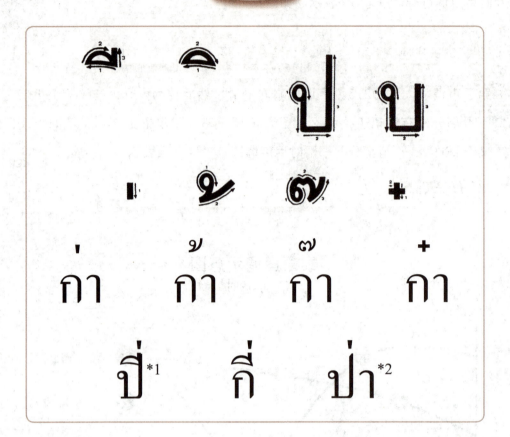

ก่า ก้า ก๊า ก๋า

ปี่*1 กี่ ป่า*2

练习

1. 朗读下列发音练习。

(1) 注意区分长、短元音（纵向）

长	-ี	เ-	แ-
短	-ิ	เ-ะ	แ-ะ

(2) 元音练习（横向及纵向）

-ี	เ-	แ-
แ-	-ี	เ-
เ-	แ-	-ี

*1 中辅音 ป 上加元音 -ี 时，-ี 略向左移。

*2 中辅音 ป 上加声调符号时，声调符号略向左移。

(3) 注意区分清音和浊音（先纵向再横向）。

ด	ดา	ดี	เด	แด	ดอ
ต	ตา	ตี	เต	แต	ตอ
บ	บา	บี	เบ	แบ	บอ
ป	ปา	ปี	เป	แป	ปอ

(4) 注意 ี เ- 及 แ- 的区别（先纵向再横向）。

ี	กี	จี	ดี	ตี	บี	ปี	อี
เ-	เก	เจ	เด	เต	เบ	เป	เอ
แ-	แก	แจ	แด	แต	แบ	แป	แอ

2. 按下表练习声调。然后用中辅音 ก.ต.ป.จ. 替代 อ 进行练习（横向）。

อา	อ่า	อ้า	อ๊า	อ๋า	อะ
อี	อี่	อี้	อี๊	อี๋	อิ
เอ	เอ่	เอ้	เอ๊	เอ๋	เอะ
แอ	แอ่	แอ้	แอ๊	แอ๋	แอะ
ออ	อ่อ	อ้อ	อ๊อ	อ๋อ	เอาะ

3. 拼读下列音节。

(1) ปี　ปอ　บิ　แก　อี　แบะ　ดี　เอ　ดิ　แอ　บิดา　อีกา

เตาะแตะ　เกาะแกะ

(2) จ๋อ　เอ๊ะ　อ๋อ　ด่า　เก๊　แป๊ะ　แต่　เบ้　อ้อแอ้　ต่อตี

4. 抄写。

（1）抄写本课所学元音和中辅音字母各十遍；

（2）抄写声调符号各十遍；

（3）抄写练习3中列出的音节各三遍。

5. 听写本课所学音节。

二、学 说 话

句型

例句	นี่ประตู	这是门。
问话形式	นี่ประตูใช่ไหมครับ(คะ)	这是门吗？
答话形式	(1) ใช่ครับ(ค่ะ)	是的。
	(2) ไม่ใช่ครับ(ค่ะ)	不是。

生词

ประตู	门	หน้าต่าง	窗
เตียง	床	ไฟ	火；灯
ห้องเรียน	教室	ห้องพัก	宿舍
หนังสือ	书	สมุด	本子
กระดาษ	纸张	ใช่	是的
ไม่	不	ไหม	吗
ใช่ไหม	是吗	แขน	胳膊
เท้า	脚	ขา	腿
มือ	手	ไฟฟ้า	电；电灯
สบายดี	（身体）好；很舒适	ขอบคุณ	谢谢

练习

1. 用泰语做下列句子练习。
   1）这是（手、脚、胳膊、腿）。

2）这是（门、窗、灯）。
3）这是（床、桌子、椅子）。
4）这是（书、本子、纸、钢笔、铅笔）。
5）这是（宿舍、教室、电灯）。

2. 用泰语做下列问答练习。

(1) 这是什么？	- 手。
	- 脚。
	- 胳膊。
	- 腿。
(2) 那是什么？	- 门。
	- 窗。
	- 书。
	- 本子。
	- 纸。
(3) 那（远指）是什么？	- 床。
	- 宿舍。
	- 教室。
	- 灯。
(4) 这是钢笔吗？	- 不是，是铅笔。
这是铅笔吗？	- 不是，是书。
这是书吗？	- 不是，是本子。
这是本子吗？	- 不是，是钢笔。
(5) 那是床吗？	- 是的。
那是电灯吗？	- 是的。
那是窗吗？	- 是的。
那是教室吗？	- 不是，是宿舍。
那是宿舍吗？	- 不是，是教室。

常用语句

- สบายดีหรือครับ(คะ)	你好吗？（身体好吗？）
- สบายดีครับ(คะ) ขอบคุณ	很好（身体很好），谢谢。

对 话

（1）

- สวัสดีครับ(ค่ะ) คุณหลี่　　你好，李先生（小姐、女士）。
- สวัสดีค่ะ(ครับ) คุณหวาง　　你好，王先生（小姐、女士）。
- สบายดีหรือครับ(คะ)　　身体好吗？
- สบายดีค่ะ(ครับ) ขอบคุณ　　很好，谢谢。

（2）

- คุณจางครับ(คะ)
  นี่อะไรครับ(คะ)　　张先生（小姐、女士），这是什么？
- ประตูค่ะ(ครับ)　　（这是）门。
- นั่นหน้าต่างใช่ไหมครับ(คะ)　　那是窗户吗？
- ใช่ค่ะ(ครับ)　　是的。
- โน่นโต๊ะใช่ไหมครับ(คะ)　　那是桌子吗？
- ไม่ใช่ค่ะ(ครับ)　　不是。
- โน่นอะไรครับ(คะ)　　那是什么？
- เก้าอี้ค่ะ(ครับ)　　（那是）椅子。

第三课

一、字母及拼读规则

1. 单元音

1） -ู 后、高、圆唇、长元音。舌身后缩，舌根抬起靠近软腭，双唇收圆、收小。

-ู	-ู	-ู	-ู	
ดู	ปู	ตู้	กู้	อู่

2） -ุ 后、高、圆唇、短元音。舌位、口形与 -ู 相同。

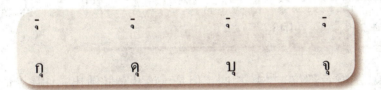

-ุ	-ุ	-ุ	-ุ
กุ	ดุ	บุ	จุ

3） โ- 后、半高、圆唇、长元音。舌身后缩，舌位比 -อ 高，比 -ู 低，双唇收圆，口形比 -อ 小，比 -ู 大。汉语普通话中只有个别叹词发（o）音，而在与辅音的拼合中，不是 ou 就是 uo。因此，在练习 โ- 与辅音拼合时，要注意避免汉语的影响。

โ-	โ-	โ-	โ-
โต	โป	โอ	โก้

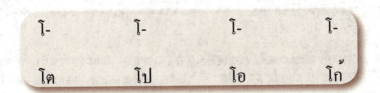

4）โ-ะ 后、半高、圆唇、短元音。舌位、口形与 โ- 相同。

โ-ะ	โ-ะ	โ-ะ	โ-ะ
โปะ	โจะ	โดะ	โต๊ะ

2. 尾音

以辅音收尾的音节中，收尾的那个辅音称为尾音。本课先学以 -ง -น -ม 作尾音的音节。以 -ง -น -ม 作尾音的音节，不论元音是长还是短都有五个声调。要注意的是，泰语中的这类音节，无论是由长元音构成的还是由短元音构成的，其时值基本上都一样。区分长、短元音构成的这类音节关键在于：发长音时，元音相对较长，而尾音不能延长，发到为止；发短音时，元音相对较短，很快过度到尾音上去，尾音则要适当延长。

1） -ง　ง 的发音部位与 ก 相同，但是气流从鼻腔泄出。作尾音时，发音与汉语及英语里的[-ng]一样。如：

กาง	กัง[*1]	กึง	กิง
เกง	เก็ง[*2]		
ดัง	จิง	แจ้ง	กัง
กิ่ง	เก๋ง		

2） -น　น 的发音部位与 ต 相同，但是气流从鼻腔泄出。作尾音时，发音与汉语及英语里的[-n] 一样。如：

ปูน	ปุน	แตน	แต็น[*3]	โตน	ตน[*4]
โดน	แบน	ก้าน	ต้าน	เด่น	ต้อน

---

*1 当元音ะ后面有尾音时，在书写中要把ะ改成-ั，放在辅音和尾音之间的上方，如กะง要写成กัง，ดะง要写成ดัง。

*2 当เ-ะ后面有尾音时，在书写中要把เ-ะ中的“ะ”改成“-็”，放在辅音的正上方。如เตะม要写成เต็ม。เปะน要写成เป็น。“-็”称为短音符号。

*3 当แ-ะ后面有尾音时，书写中要像เ-ะ一样处理。如แตะน要写成แต็น。

*4 当โ-ะ后面有尾音时，在书写中โ-ะ不出现。如โตะน要写成ตน，โบะน要写成บน。

3）-ม　ม 的发音部位与 ป 相同，但是气流从鼻腔泄出。作尾音时，发音与英语里的 [-m] 一样。如：

อาม	อัม	อำ*	โอม	อม	จอม
ดำ	ด้าม	ต่ำ	เต็ม	โจม	ปั๊ม

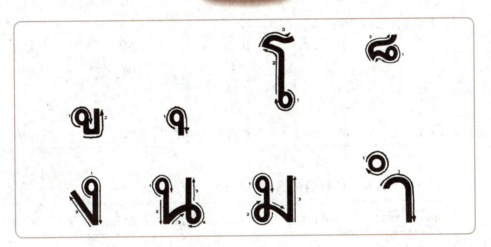

书写

练习

1. 朗读下列发音练习。

(1) ู　โ-　-อ　　-อ　ู　โ-　　โ-　-อ　ู

(2) 注意 ุ โ-ะ เ-าะ 之间及 ู โ- -อ 之间的区别（纵向）。

ุ	กุ	จุ	ดุ	ตุ	บุ	ปุ	อุ
โ-ะ	โกะ	โจะ	โดะ	โตะ	โบะ	โปะ	โอะ
เ-าะ	เกาะ	เจาะ	เดาะ	เตาะ	เบาะ	เปาะ	เอาะ
ู	กู	จู	ดู	ตู	บู	ปู	อู
โ-	โก	โจ	โด	โต	โบ	โป	โอ
-อ	กอ	จอ	ดอ	ตอ	บอ	ปอ	ออ

* ำ 的读音与 ัม 相同，如 กำ 读 กัม，ดำ 读 ดัม，อำ 读 อัม。这两种写法词义不同，要注意区分。

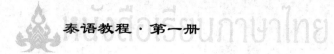

(3) 尾音练习（先横向再纵向）。

	无尾音	-ง	-น	-ม
-ะ	กะ	กัง	กัน	กัม กำ
-า	กา	กาง	กาน	กาม
-ิ	กิ	กิ่ง	กิน	กิม
-ี	กี่	-	-	-
-ุ	กุ	กุ้ง	กุน	กุม
-ู	กู	-	กูน	-
เ-ะ	เกะ	เก็ง	-	-
เ-	เก	เก่ง	เกน	เกม
แ-ะ	แกะ	-	-	-
แ-	แก	แกง	แกน	แกม
โ-ะ	-	กง	กน	กม
โ-	โก	โกง	โกน	-
เ-าะ	เกาะ	-	-	-
-อ	กอ	กอง	ก่อน	ก้อม

(4) 注意 **-ง** 尾音和 **-น** 尾音的区别（纵向）。

-ง	จัง	กอง	แดง	ก้อง	เอง	ตง	บ้าง
-น	จัน	ก่อน	แดน	ก้อน	เอน	ตน	บ้าน

(5) 注意由长、短元音构成的音节发音上的区别（纵向）

短	อัง	จัง	ดัน	กัน	ดำ	จำ
长	อาง	จาง	ดาน	กาน	ดาม	จาม

2. 声调练习。

จอ จ่อ จ้อ จ๊อ จ๋อ

บา บ่า บ้า บ๊า บ๋า

อู อู่ อู้ อู๊ อู๋

โก โก่ โก้ โก๊ โก๋

ตี ตี่ ตี้ ตี๊ ตี๋

ดัง ดั่ง ดั้ง ดั๊ง ดั๋ง

ปัน ปั่น ปั้น ปั๊น ปั๋น

3. 拼读下列音节。

(1) ดู　โต　จุ　โป　ปู　บุ　อู่
โต๊ะ　ปู่　โต้　ตู้　โก้

(2) จูง　กิน　บน　แดง　โกง　เป็น　โดน
ตน　ปาม　จำ　เต็ม

(3) ด้าม　แต่ง　กุ้ง　ปั๊ม　ป๋อง　บ้าง　เต้น
อิ่ม　อ้อม

(4) ดินแดน　แบ่งปัน　ดีเด่น　แกะดำ　กินจุ　จำปี　อ่านเอง
แต่ก่อน　จู่โจม　ด้ามดำ　ตั้งแต่　ก้ามกุ้ง　จำปา　โต๋เต๋

4. 抄写。

(1) 抄写本课所学元音及尾音各十遍;

(2) 抄写练习3中列出的音节各一遍。

5. 听写本课所学音节。

二、学 说 话

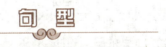

句型

例句	ปากกาของผม(ดิฉัน) *1	我的钢笔。
	นี่ปากกาของผม(ดิฉัน)	这是我的钢笔。
问话形式	(1) นี่ปากกาของใครครับ(คะ)	这是谁的钢笔?
	นี่ของใครครับ(คะ)	这是谁的?
	ปากกาของใครครับ(คะ)	谁的钢笔?
	(2) ปากกาของคุณ*2 ใช่ไหมครับ(คะ)	是你的钢笔吗?

*1 泰语中名词的修饰语在被修饰的名词之后。

*2 这句话里的 คุณ是代词“你、您”，与第一课中学的 คุณ是两个不同的词。

答话形式　(1) ของผม(ดิฉัน)ครับ(ค่ะ)　　　我的。
　　　　　(2) ใช่ครับ(ค่ะ)　　　　　　　是的。
　　　　　　　ไม่ใช่ครับ(ค่ะ)　　　　　不是。

生词

ผม	我（男性用）	ดิฉัน	我（女性用）
คุณ	你（或您）	เขา	他；她
ของ	的	ใคร	谁
เสื้อ	上衣	กางเกง	裤子
รองเท้า	鞋	สบู่	肥皂
กะละมัง	脸盆	ผ้าขนหนู	毛巾
ผ้าเช็ดหน้า	手绢，手巾	ขอโทษ	对不起
ชื่อ	名字；叫……（名字）	ล่ะ	……呢

练习

1. 用下列(1)项和(2)项里的词，组成泰语"谁的……"短语。
   (1) 我　　你　　他
   (2) 铅笔　钢笔　书　　本子　　纸　　衣服　裤子　鞋
       肥皂　毛巾　手绢　脸盆　　桌子　椅子　凳子

2. 用练习1中所给的词，仿照下面的例子组成泰语陈述句、问句和答句。
   (1) － 这是……的本子。
       － 这是谁的本子？
       － ……的。
   (2) － 那是我的本子吗？
       － 是的。
       － 不是。是……的。

常用语句

- ขอโทษ คุณชื่ออะไรครับ(คะ)　　对不起，您叫什么名字？
- ผม(ดิฉัน)ชื่อ...... คุณล่ะครับ(คะ)　我叫……，您呢？

对 话

- สวัสดีครับ(ค่ะ)　　　　　　　您好。
- สวัสดีค่ะ(ครับ)　　　　　　　您好。
- ขอโทษ คุณชื่ออะไรครับ(คะ)　　对不起，您叫什么名字？
- ดิฉัน(ผม)ชื่อ...... คุณล่ะคะ(ครับ)　我叫……，您呢？
- ผม(ดิฉัน)ชื่อ......ครับ(ค่ะ)　　　我叫……。
- คุณ......ครับ(คะ)　　　　　　……先生（小姐、女士），这
  นี่สบู่ของใครครับ(คะ)　　　　是谁的肥皂？
- ของคุณ......ครับ(ค่ะ)　　　　……先生（小姐、女士）的。
- นั่นผ้าเช็ดหน้าของคุณใช่ไหมครับ(คะ)　那是你的手绢吗？
- ไม่ใช่ครับ(ค่ะ) ของคุณ......　　不是，是……的。
- โน่นล่ะครับ(คะ) ของใคร　　　那条呢，谁的？
- ของผม(ดิฉัน)ครับ(ค่ะ)　　　　我的。

第四课

一、字母及拼读规则

1. 单元音

1）เ-อ　央稍偏后、半高、不圆唇、长元音。舌位和口形都处于自然状态。

เ-อ	เ-อ	เ-อ	เ-อ
เก้อ	เกิน*1	เติม	เดิน

2）เ-อะ　央稍偏后、半高、不圆唇、短元音。舌位和口形与เ-อ相同。

เ-อะ	เ-อะ	เ-อะ
เจอะ	เตอะ	เบอะ

3）-ื　后、高、不圆唇、长元音。舌身后缩，舌根向软腭处抬起，双唇扁平。-ื 的舌位与 -ู 相同，只是双唇不收园。这个元音汉语中没有，练习时可以先发 เ-อ 音，然后将舌根向软腭慢慢抬起；也可以先发 -ู 音，然后在保持舌位不变的情况下，将收园的双唇慢慢放平。

-ื	-ื	-ื	-ื	
อือ*2	ดื้อ	ปืน	ดื่ม	ตื้น

---

*1 当 เ-อ 后面有尾音时，在书写上 เ-อ 中的“อ”要变成 -ิ，-ิ 放在辅音的正上方。如 เกอน 要写成 เกิน，เตอม 要写成 เติม。

*2 辅音与元音 -ื 拼合而后面不带尾音时，在书写上要加 อ，如 อื 要写成 อือ，ดื้ 要写成 ดื้อ。

4）-ึ 后、高、不圆唇、短元音。舌位和口形与 -ื 相同。

-ึ	-ึ	-ึ	-ึ
ตึ	จึง	ดึง	บึง

2. 尾音

除了 -ง -น -ม 尾音外，泰语中还有 -ก -ด -บ 尾音。这点与我国的粤方言、闽方言及客家方言相同，其它方言区的同学要多加练习。以 -ก -ด -บ 作尾音的中辅音音节，不论元音长短，都是第二声调。区分长、短元音构成的音节，其原则与以 -ง -น -ม 作尾音的音节相同，即长、短元音构成的音节其时值基本相同，发长元音时，元音较长，尾音发到为止；发短元音时，元音较短，尾音稍有滞留。

1）-ก 以 ก 作尾音的音节，表示音节收尾时舌根和软腭形成阻碍，堵住气流的通路，但气流并不冲破此阻碍。如：

จาก　　ปึก　　ตึก　　เด็ก　　โบก

2）-ด 以 ด 作尾音的音节，表示音节收尾时舌端和齿龈形成阻碍，堵住气流的通路，但气流并不冲破此阻碍。如：

เปิด　　แปด　　จด　　อุด　　ขอด

3）-บ 以 บ 作尾音的音节，表示音节收尾时双唇形成阻碍，堵住气流的通路，但气流并不冲破此阻碍。如：

ดับ　　แบบ　　กอบ　　จบ　　อบ

3. 单元音小结

我们已经学了十八个单元音，其中长元音有九个，短元音也有九个。他们的习惯排列次序是：

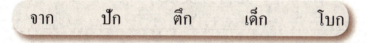

-ะ	-า	-ิ	-ี	-ึ	-ื	-ุ	-ู	เ-ะ
เ-	แ-ะ	แ-	โ-ะ	โ-	เ-าะ	-อ	เ-อะ	เ-อ

这些元音的舌位和口形可以用下面的图和表来表示。

元音舌位、口形示意图

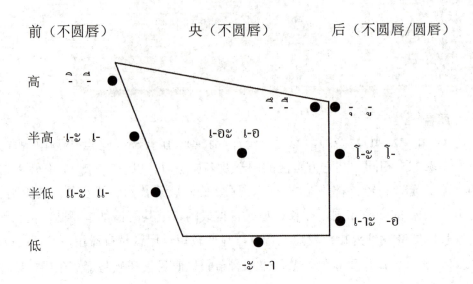

低

元音分类表

舌位	不圆唇			圆唇
前、后 / 高、低	前	央	后	后
高	-ิ -ี		-ึ -ื	-ุ -ู
半高	เ-ะ เ-	เ-อะ เ-อ		โ-ะ โ-
半低	แ-ะ แ-			เ-าะ -อ
低		-ะ -า		

4. 中辅音小结

我们已经学了七个中辅音音素、九个中辅音字母。它们的习惯排列次序是：

ก จ ฎ ฏ ด ต บ ป อ

中辅音都是塞音，不送气。其中 ด 和 บ 是浊音，其余的都是清音。在拼读中形成不同的声调规则如下：

1）中辅音与长元音拼合的音节有五个声调。如：

กา	ก่า	ก้า	ก๊า	ก๋า
จา	จ่า	จ้า	จ๊า	จ๋า

2）中辅音与短元音拼合的音节发第二声调。如：

จะ　　แตะ　　อุ

只有个别词具有其他声调，大多是外来词、象声词或语气助词。如：

จ้ะ　　จ๊ะ　　โต๊ะ

3）中辅音与长、短元音拼合并带 ง.น.ม 尾音的音节有五个声调。如：

ปัง	ปั่ง	ปั้ง	ปั๊ง	ปั๋ง
บาน	บ่าน	บ้าน	บ๊าน	บ๋าน

4）中辅音与长、短元音拼合并带有 ก.ด.บ 尾音的音节发第二声调。如：

ปิด　　ตอก　　ตบ　　จุก　　แดด　　เก็บ

只有少数词具有其他声调，多为外来词或象声词。如：

จ๊อก　　ตุ๊บ

以上规则可用下表来表示：

声调 / 音节组成成分	第一声调	第二声调	第三声调	第四声调	第五声调
中辅音 + 长元音	กา	ก่า	ก้า	ก๊า	ก๋า
中辅音 + 短元音		กะ			
中辅音 + 长、短元音 + ง.น.ม. 尾音	กาน กัน	ก่าน กั่น	ก้าน กั้น	ก๊าน กั๊น	ก๋าน กั๋น
中辅音 + 长、短元音 + ก.ด.บ. 尾音		กาด กัด			

书写

练习

1. 朗读下列发音练习。

(1) 注意元音 เ-อ 和 -ื 的区别。

เ-อ　เจอ　เดิน　เติม　เกิน　เบิก　เปิด　เอิบ

-ื　ดื้อ　อื่น　ดื่ม　ตื้น　ปืน　ตื่น　จืด　ตึก　อึก

(2) 无尾音及有 ก、ด、บ 尾音的练习（纵向练习）。

元音 / 尾音	-ะ	-า	-ิ	-ี	-ึ	-ื	-ุ	-ู
无尾音	กะ	กา	จิ	ปี	อึ	อือ	กุ	ตู
-ก	กัก	กาก	จิก	ปีก	อึก		กุก	ตูก
-ด	กัด	กาด	จิด	ปี๊ด	อึด	อืด	กุด	ตูด
-บ	กับ	กาบ	จิบ	ปีบ			กุบ	ตูบ

元音 / 尾音	เ-ะ	เ-	แ-ะ	แ-	โ-ะ	โ-	เ-อ	-อ
无尾音	เจ๊ะ	เก	แกะ	แบ	โต๊ะ	โอ	เออ	กอ
-ก	เจ๊ก	เกก		แบก	ตก	โอก	เอิก	กอก
-ด	เจ็ด	เกด		แบด	ตด	โอด	เกิด	กอด
-บ	เจ็บ			แบบ	ตบ	โอบ	เกิบ	กอบ

(3) 注意短元音（无尾音）与短元音加 -ก 尾音的区别。

-ะ	กะ	จะ	ดะ	ตะ	บะ	ปะ	อะ
-ัก	กัก	จัก	ดัก	ตัก	บัก	ปัก	อัก

(4) 注意由长、短元音构成的音节发音上的区别（纵向）

短	กัก	จัก	ดัก	ตัก	บัก	ปัก	อัก
长	กาก	จาก	ดาก	ตาก	บาก	ปาก	อาก

2. 拼读下列音节。

(1) ดื้อ ปืน เดิน เกิน เจอะ จึง ตื้น ดื่ม เติม เก้อ ตื่น

(2) เก็บ จืด ตึก เปิ็ด เกิด จีบ อาบ โดด แตก จบ กัด
จาก แอก เจ็ด แปด อัด บอก ปาก ดัด เป็ด เบิก แอบ

3. 抄写。

(1) 抄写本课所学元音十遍；

(2) 按字母排列顺序将单元音、中辅音各抄写三遍；

(3) 抄写练习 2 中列出的音节一遍。

4. 听写本课所学音节。

二、学 说 话

句 型

介词短语	ในห้อง	屋里
	บนโต๊ะ	桌子上
例句	เขาอยู่ในห้อง	他（她）在屋里。
	หนังสืออยู่บนโต๊ะ	书在桌子上。
问话形式	(1) เขาอยู่ที่ไหนครับ(คะ)	他（她）在哪儿?
	หนังสืออยู่ที่ไหนครับ(คะ)	书在哪儿?

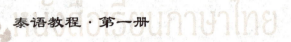

		สมุดอยู่ที่ใครครับ(คะ)	本子在谁那儿？
	(2)	ใครอยู่ในห้องครับ(คะ)	谁在屋里？
		อะไรอยู่บนโต๊ะครับ(คะ)	什么东西在桌子上？
答话形式	(1)	อยู่ในห้องครับ(ค่ะ)	在屋里。
		อยู่บนโต๊ะครับ(ค่ะ)	在桌子上。
		อยู่ที่ผม(ดิฉัน)ครับ(ค่ะ)	在我这儿。
	(2)	คุณ....ครับ(ค่ะ)	……先生（小姐、女士）。
		หนังสือครับ(ค่ะ)	书。

生词

ใน	（在）……里	บน	（在）……上
ใต้	（在）……下	ที่	（在）……地方
อยู่	在（动词）	ที่ไหน	哪儿
ลิ้นชัก	抽屉	กระเป๋า	包，兜
กระเป๋าเสื้อ	衣兜	กระเป๋ากางเกง	裤兜
กระเป๋าหนังสือ	书包	ห้อง	房间，屋子
ห้องสมุด	图书室	อาจารย์	老师
เธอ	你（长辈对晚辈或平辈间用）	เชิญ	请
		นั่ง	坐

练习

1. 用泰语做下列句型练习。

(1) 将"อยู่ใน（在……里）"与下列词汇组成表示方位的短语。

   房间 教室 宿舍 图书室 书包 衣兜 裤兜 抽屉

(2) 将"อยู่บน（在……上）"与下列词汇组成表示方位的短语。

   桌子 床 椅子

(3) 将"อยู่ใต้（在……下）"与下列词汇组成表示方位的短语。
　　桌子　床　书

(4) 将"อยู่ที่（在……那[这]儿）"与下列词汇组成表示方位的短语。
　　我　你　他　这儿　那儿

2. 练习用泰语说下列句子。
(1) 钢笔在桌子上。
　　铅笔在桌子上。
(2) 衣服在床上。
　　裤子在床上。
(3) 书在书包里。
　　本子在书包里。
　　毛巾在脸盆里。
(4) 纸在抽屉里。
　　书在抽屉里。
　　铅笔在抽屉里。
(5) 鞋在床底下。
　　脸盆在床底下。
　　凳子在桌子底下。
(6) 他在屋里。
　　他在宿舍里。
　　……在图书室里。
(7) 钢笔在我这儿。
　　书在（某人）那儿。
　　你的书在（某人）那儿。
(8) 你的铅笔在我这儿。
　　本子在（某人）那儿。
　　你的本子在那儿。

3. 将练习 2 中的句子改为问句（两种形式），然后给以回答。

常用语句

- สวัสดีครับ(ค่ะ) นักศึกษา　　同学们好！
- สวัสดีครับ(ค่ะ) อาจารย์　　老师好！
- เชิญนั่งครับ(ค่ะ)　　请坐。

对话

อาจารย์　　สวัสดีครับ(ค่ะ)　　　　　　同学们好。
นักศึกษา　สวัสดีครับ(ค่ะ) อาจารย์....　……老师好。
อาจารย์　　เชิญนั่งครับ(ค่ะ)　　　　　请坐。

	.... นี่อะไรครับ(คะ)	……，这是什么？
นักศึกษา	หนังสือครับ(ค่ะ)	（这是）书。
อาจารย์	หนังสืออยู่ที่ไหนครับ(คะ)	书在哪儿？
นักศึกษา	อยู่บนโต๊ะครับ(ค่ะ)	在桌子上。
อาจารย์	อยู่บนโต๊ะของใครครับ(คะ)	在谁的桌子上？
นักศึกษา	ของอาจารย์ครับ(ค่ะ)	在老师的桌子上。
อาจารย์	ปากกาของเธออยู่ที่ไหนครับ(คะ)	你的钢笔在哪儿？
นักศึกษา	อยู่ในกระเป๋าเสื้อครับ(ค่ะ)	在衣兜里。
อาจารย์	ดินสอของเธออยู่ที่ไหนครับ(คะ)	你的铅笔在哪儿？
นักศึกษา	อยู่ที่นี่ครับ(ค่ะ)	在这儿。
อาจารย์	ปากกาของอาจารย์อยู่ที่ไหนครับ(คะ)	老师的钢笔在哪儿？
นักศึกษา	อยู่ที่นั่นครับ(ค่ะ)	在那儿。

第五课

一、字母及拼读规则

1. 复元音

两个或三个单元音组成的元音叫复元音。泰语复元音的一般特点是：

（1）发音时舌位和口形由一个元音向另一个元音自然滑动。

（2）长复元音中，前一个元音发音清晰、响亮、较长；后面的一个或两个元音发音较轻、较短、较含糊，收尾往往不很到位。音节需要延长时，总是延长前面的那个元音。

（3）短复元音中，前一个元音发音清晰、响亮，但比较短，不能延长，很快滑动到后一个元音；后一个元音清晰，收尾比较到位。音节需要延长时，一般情况下（特别是有长、短复元音对应的音节）往往是延长后面的那个元音。

（4）向 -า 滑动的复元音后面可再带尾音（见本课）。泰语中向 -า 滑动的复元音基本上都是长复元音，只有极少几个短复元音词汇，而且大多是外来语或象声词，因此本教程不将这些短复元音单独列出。

（5）向 -ี 和向 -ู 滑动的复元音后面均不再带尾音（见第6、7、8、9各课），这点与汉语相同。此外，向 -ี 和向 -ู 滑动的长、短复元音与各组辅音拼读的声调规则，均同长元音与各组辅音拼读的声调规则。

以上这些特点，在学习时要特别留意。

1) เ-ีย 长复元音。舌位和口形由 -ี 向 -า 滑动。-ี 发音清晰、响亮、较长；-า 发音较轻、较短、较含糊，收尾不很到位。เ-ีย 的发音与汉语中的ia（如“鸭”）有较大的差别，要注意区分。

เ-ีย	เ-ีย	เ-ีย	เ-ีย
เปีย	เตี้ย	เบี่ยง	เอียด

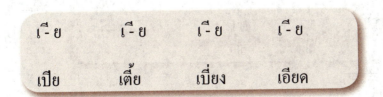

2）เ-ือ 长复元音。舌位和口形由 -ื 向 -า 滑动。-ื 发音清晰、响亮、较长；-า 发音较轻、较短、较含糊，收尾不很到位。

เ-ือ	เ-ือ	เ-ือ	เ-ือ
เจือ	เบื่อ	เดือน	เกือบ

3）-ัว 长复元音。舌位和口形由 -ู 向 -า 滑动。-ู 发音清晰、响亮、较长；-า 发音较轻、较短、较含糊，收尾不很到位。-ัว 的发音与汉语中的ua（如“蛙”）有较大的差别，要注意区分。

-ัว	-ัว	-ัว	-ัว
บัว	ตัว	จวน[*1]	กวด

2. 辅音

ข ค ฆ 舌根软腭塞音；清音，送气。它们的发音部位与 ก 相同，只是在发音的同时有较强的气流送出。试比较：

ก	ก	ก	ก
ข	ข	ข	ข
ค	ค	ค	ค
ฆ	ฆ	ฆ	ฆ

3. 高辅音和低辅音

高、低辅音在拼读时形成声调的规则与中辅音不同，上面学的 ข 就是高辅音，ค 和 ฆ 就是低辅音。

1） 高辅音的读音规则

高辅音本身读第五调。高辅音在拼读中有第二、第三和第五三个声调。形成不同声调的规则如下：

(1) 高辅音与长元音拼合的音节有二、三和五三个声调。如：

ขา[*2]	ข่า	ข้า
ขี	ขี่	ขี้

---

*1 当复元音 -ัว 后面有尾音时，在书写中要将 -ั去掉。如 จัว 加尾音 น 要写成 จวน，กัว 加尾音 ด 要写成 กวด。

*2 高辅音与长元音拼合及高辅音与长、短元音拼合并有 ง.น.ม 尾音时，本身读第五调，不需加声调符号。

(2) 高辅音与短元音拼合的音节发第二声调。如：

ขะ ขุ เขะ

(3) 高辅音与长、短元音拼合并带有 ง.น.ม 尾音的音节有二、三、和五三个声调。如：

ขัน ขั่น ขั้น
ของ ข่อง ข้อง

(4) 高辅音与长、短元音拼合并带有 ก.ด.บ 尾音的音节发第二声调。如：

ขัด ขบ ขุด
แขก ขอบ ขวด

高辅音的上述拼读规则可以用下面的表格来表示：

音节组成成分 \ 声调	第五声调	第二声调	第三声调
高辅音 + 长元音	ขา	ข่า	ข้า
高辅音 + 短元音		ขะ	
高辅音 + 长、短元音 + ง.น.ม 尾音	ขาน ขัน	ข่าน ขั่น	ข้าน ขั้น
高辅音 + 长、短元音 + ก.ด.บ 尾音		ขาด ขัด	

2）低辅音的读音规则

低辅音在拼读中共有第一、第三和第四三个声调。形成不同声调的规则如下：

（1）低辅音与长元音拼合的音节有第一、第三和第四三个声调。如：

คา ค่า* ค้า*
คู คู่ คู้

* 低辅音上加声调符号“ ่ ”读第三声调，加声调符号“ ้ ”读第四声调。这一点不同于中辅音和高辅音，必须注意。

（2）低辅音与短元音拼合的音节在无声调符号时发第四声调。少数加声调符号的音节，其读音规则同低辅音与长元音拼合的音节。如：

คุ　แคะ　เคาะ　คะ　ค่ะ

（3）低辅音与长、短元音拼合并带有 ง.น.ม. 尾音的音节有第一、第三和第四三个声调。如：

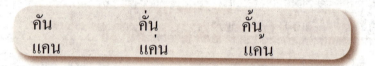

คัน　คั่น　คั้น
แคน　แค่น　แค้น

（4）低辅音与长元音拼合并带有 ก.ด.บ. 尾音的音节发第三声调。如：

คาด　คืบ　ควบ

（5）低辅音与短元音拼合并带有 ก.ด.บ. 尾音的音节发第四声调。如：

คิด　คบ　คุก

低辅音的上述拼读规则可以用下面的表格来表示：

声调 音节组成成分	第一声调	第三声调	第四声调
低辅音 ＋ 长元音	คา	ค่า	ค้า
低辅音 ＋ 短元音			คะ
低辅音 ＋ 长、短元音 ＋ ง.น.ม 尾音	คาน คัน	ค่าน คั่น	ค้าน คั้น
低辅音 ＋ 长元音 ＋ ก.ด.บ 尾音		คาด	
低辅音 ＋ 短元音 ＋ ก.ด.บ 尾音			คัด

中、高、低三组辅音在拼读中声调规则的比较

音节组成成分		声调	1	2	3	4	5
中辅音	长	无尾音	กา	ก่า	ก้า	ก๊า	ก๋า
	短	无尾音		กะ			
	长短	ง.น.ม.	กาน กัน	ก่าน กั่น	ก้าน กั้น	ก๊าน กั๊น	ก๋าน กั๋น
	长短	ก.ด.บ.		กาด กัด			
高辅音	长	无尾音		ข่า	ข้า		ขา
	短	无尾音		ขะ			
	长短	ง.น.ม.		ข่าน ขั่น	ข้าน ขั้น		ขาน ขัน
	长短	ก.ด.บ.		ขาด ขัด			
低辅音	长	无尾音	คา		ค่า	ค้า	
	短	无尾音				คะ	
	长短	ง.น.ม.	คาน คัน		ค่าน คั่น	ค้าน คั้น	
	长	ก.ด.บ.			คาด		
	短	ก.ด.บ.				คัด	

书写

练 习

1. 朗读下列发音练习。

(1) เ-ีย　เ-ือ　-ัว　　　-ัว　เ-ือ　เ-ีย

เ-ือ　-ัว　เ-ีย　　　เ-ีย　-ัว　เ-ือ

(2) 熟记各组辅音的声调规则。

		无 尾 音	ง. น. ม. 尾 音	ก.ด.บ. 尾音
ก	短	กะ	กัง กั่ง กั้ง กั๊ง กั๋ง	กัก
	长	กา ก่า ก้า ก๊า ก๋า	กาง ก่าง ก้าง ก๊าง ก๋าง	กาก
ข	短	ขะ	ขัง ขั่ง ขั้ง	ขัก
	长	ขา ข่า ข้า	ขาง ข่าง ข้าง	ขาก
ค	短	คะ	คัง คั่ง คั้ง	คัก
	长	คา ค่า ค้า	คาง ค่าง ค้าง	คาก

(3) 注意单元音和复元音的区别。

-ิ -ี　เ-ีย	-ึ -ื　เ-ือ	-ุ -ู　-ัว
ดี　เดีย	ดื้อ　เดื้อ	กุม　กวม
กิ่ง　เกี่ยง	บึ้ง　เบื้อง	จุน　จวน
จีน　เจียน	ปืน　เปื้อน	อูด　อวด
ติง　เตียง	อึ้ง　เอื้อง	บุก　บวก
ปีก　เปียก	กึก　เกือก	ดูด　ดวด

2. 拼读下列音节。

(1) เกื้อ　ตั๋ว　เปีย　เกือบ　จวน　เดือด

ปวด　เตียง

(2) กำกวม　เอียงเอน　เจือปน　ดวงเดือน　ปวกเปียก　อวดดี

เบื้องบน　เจียมตัว　เบียดเบียน　เจ็บปวด　ตะเกียบ　ต้วมเตี้ยม

(3) ขน เขียน คำ คืน ขึ้น ข้าง
ค้าน ขุ่น โค่น ฆ้อง เคียด เขื่อน
ขวด ควบ เฆี่ยน

(4) ขีดเขียน เคียดแค้น เข้มข้น ค่อนข้าง เข้มแข็ง แข้งขา ควบคุม
คัดค้าน ขบคิด ข้างเคียง เข็มขัด ค่ำคืน คึกคัก

3. 抄写。
(1) 抄写本课所学的元音、辅音各十遍；
(2) 抄写练习 2 中列出的音节一遍。

4. 听写本课所学音节。

二、学 说 话

句 型

例句1	เขานอน	他（她）睡觉。
	ดิฉันซักผ้า	我洗衣服。
例句2	เขาจะนอน	他（她）要睡觉。
	ผมจะซักผ้า	我要洗衣服。
问话形式	(1) เขาทำอะไรครับ(คะ)	他（她）做什么？
	(2) คุณจะทำอะไรครับ(คะ)	你要做什么？
	(3) คุณนอนไหมครับ(คะ)	你睡觉吗？
	(4) คุณจะซักผ้าไหมครับ(คะ)	你要洗衣服吗？
答话形式	(1) เขานอนครับ(ค่ะ)	他（她）睡觉。
	เขาซักผ้าครับ(ค่ะ)	他（她）洗衣服。
	(2) ผมจะนอนครับ	我要睡觉。
	ดิฉันจะซักผ้าค่ะ	我要洗衣服。

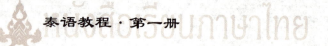

(3) นอนครับ(ค่ะ)	睡。		
ไม่นอนครับ(ค่ะ)	不睡。		
(4) ซักครับ(ค่ะ)	洗。		
ไม่ซักครับ(ค่ะ)	不洗。		

生词

นอน	睡觉	จะ	要，将要
ทำ	做，干	ยืน	站，立
ไป	去	มา	来
ซัก	（搓）洗	ผ้า	布
ซักผ้า	洗衣服（泛指）	แปรง	刷
สระ(สะ)	洗（头、头发）	ล้าง	（清）洗
จัด	整理	กวาด	扫
เช็ด	擦，抹	ถู	拖（地）
ผม	头发	พื้น	地面，地板
หน้า	脸	ชาม	碗
ถูก	对	ดี	好

练习

1. 用下列词汇按例句1、2组成泰语句子。
   (1) 我　你　他　学生　老师
   (2) 坐　站　去　来　睡觉

2. 用练习1 中所给的词汇仿照下列例句组成泰语的问句及答句。

   - 谁坐？　　　　　　　- ใครนั่งครับ(คะ)

   　- 学生坐。　　　　　　- นักศึกษานั่งครับ(ค่ะ)

- 你（要）去吗？　　　　　- คุณจะไปไหมครับ(คะ)
- 不去。　　　　　　　　- ไม่ไปครับ(ค่ะ)

3. 用下列动词仿照例句 1、2 组成泰语句子（用 จะ 和不用 จะ 两种句子）。
   刷　　洗（三种洗法）　　整理　　扫　　拖　　擦

4. 用练习 3 中所给的词汇组成泰语问句并给以回答。

5. 按下面要求用泰语提问并回答问题。
   (1) 你做什么？　　　　(2) 你擦什么？
   (3) 你（搓）洗什么？　(4) 你（清）洗什么？
   (5) 你要做什么？　　　(6) 你要去吗？
   (7) 他要来吗？　　　　(8) 谁要来呀？

常用语句

- ถูกไหมครับ(คะ)　　　　对吗？
- ดีไหมครับ(คะ)　　　　好吗？
- ถูกครับ(ค่ะ)　　　　　对。
- ดีครับ(ค่ะ)　　　　　　好。
- ไม่ถูกครับ(ค่ะ)　　　　不对。
- ไม่ดีครับ(ค่ะ)　　　　　不好。

对话

1. - คุณสวัสดิ์ทำอะไรคะ　　　　沙瓦做什么？
   - กวาดห้องค่ะ　　　　　　　扫地。
   - คุณมานีทำอะไรคะ　　　　玛妮做什么？
   - เช็ดโต๊ะค่ะ　　　　　　　　擦桌子。
   - คุณมานะทำอะไรคะ　　　　玛纳做什么？

	- ถูพื้นค่ะ	拖地。
2.	- ใครเช็ดหน้าต่างคะ	谁擦窗户？
	- คุณทวีค่ะ	塔维。
	- ใครเช็ดประตูคะ	谁擦门？
	- คุณนิตยาค่ะ	妮达雅。
	- ใครถูพื้นคะ	谁拖地？
	- ดิฉันค่ะ	我。
	- ดิฉันทำอะไรคะ	我做什么？
	- คุณจัดเตียงค่ะ	你整理床铺。
3.	- คุณจะซักผ้าไหมครับ	你洗衣服吗？
	- ไม่ซักครับ	不洗。
	- คุณจะทำอะไรครับ	你（要）做什么？
	- ผมจะล้างหน้าครับ	我（要）洗脸。
	- คุณจะล้างมือไหมครับ	你洗手吗？
	- ไม่ล้างครับ	不洗。
	- คุณจะทำอะไรครับ	你（要）做什么？
	- ผมจะสระผมครับ	我（要）洗头。

第六课

一、字母及拼读规则

1. 复元音

1）-าย 长复元音。舌位和口形由 -า 向 ี- 滑动。-า 发音清晰、响亮、较长；ี- 发音较轻、较短、较含糊，收尾不很到位。

-าย	-าย	-าย	-าย
กาย	บ่าย	ขาย	ค่าย

2）ัย ไ- ใ- 短复元音。这三个复元音发音相同。舌位和口形由 -า 向 ี- 滑动。-า 发音清晰、响亮，但比较短，不能延长；ี- 发音清晰，收尾比较到位。

ัย	ัย	ไ-	ไ-	ใ-	ใ-
จัย	ชัย	ได้*	ไข	ใบ	ใด

2. 辅音

1）ฉ ช ฌ 舌面硬腭塞擦音；清音，送气。发音部位与 จ 相同，只是发音时有较强的气流送出。其中 ฉ 是高辅音，ช 和 ฌ 是低辅音。

ฉ	ฉ	ฉ	ฉ	ช	ช	ช	ช
				ฌ	ฌ	ฌ	ฌ

* 短复元音 ไ- 在发第三和第四声调时的音值接近长复元音 -าย。

เฉ	เฉ่	เฉ้	ชา	ช่า	ช้า	
แฉ	แฉ่	แฉ้	ชอ	ช่อ	ช้อ	
ฉาย	ฉัย	โฉม	ไช	ชวน	ชิน	
แฉ่ง	แฉะ	ฉาก	เชื่อ	ชอบ	โชก	เชื่อง
ฉ้อ			ช้า	ชุด	เช็ด	ชิ

2）ผ พ ภ　双唇塞音；清音，送气。发音部位与 ป 相同，发音时有较强气流送出。其中 ผ 是高辅音，พ 和 ภ 是低辅音。

ผ	ผ	ผ	ผ	พ	พ	พ	พ
				ภ	ภ	ภ	ภ
ผา	ผ่า	ผ้า		พอ	พ่อ	พ้อ	
ผาย	ผ่าย	ผ้าย		ภู	ภู่	ภู้	
ผม	แผน	ผืน		พอ	เพียง	พวง	ภู
เผื่อ	ผูก	ผิด	ผุ	พ่อ	พวก	โพด	
ผ้า	ผึ้ง	ผู้		พื้น	แพ้	เพาะ	พบ

书写

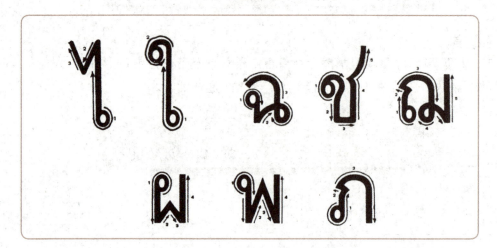

练 习

1. 朗读下列发音练习。

(1) 注意长、短复元音的区别（先横向再纵向）。

ัย ไ- ใ-	กัย ชัย ภัย ใด ใบ ไข ไข่ ไข้
-าย	กาย ชาย พาย ดาย บาย ขาย ข่าย ค่าย

(2) 注意 แ- 和 -าย 及 ัย ไ- ใ- 的区别（先横向再纵向）。

แ-	แต่ แบ แด่ แอ แจ แค่ แพ แฉ
-าย	ตาย บาย ดาย อาย จ่าย ค่าย พาย ฉาย
ัย ไ- ใ-	ไต ใบ ใด ไอ ใจ ไข้ ภัย ชัย

(3) 注意各组辅音的声调规则。

		无 尾 音	ง. น. ม. 尾音	ก.ด.บ. 尾音
ป	短	ปะ	ปัน ปั่น ปั้น ปั๊น ปั๋น	ปัด
	长	ปา ป่า ป้า ป๊า ป๋า	ปาน ป่าน ป้าน ป๊าน ป๋าน	ปาด
ผ	短	ผะ	ผัน ผั่น ผั้น	ผัด
	长	ผา ผ่า ผ้า	ผาน ผ่าน ผ้าน	ผาด
พ	短	พะ	พัน พั่น พั้น	พัด
	长	พา พ่า พ้า	พาน พ่าน พ้าน	พาด

		无 尾 音	ง. น. ม. 尾音	ก.ด.บ 尾音
จ	短	จะ	จัน จั่น จั้น จั๊น จั๋น	จัด
	长	จา จ่า จ้า จ๊า จ๋า	จาน จ่าน จ้าน จ๊าน จ๋าน	จาด
ฉ	短	ฉะ	ฉัน ฉั่น ฉั้น	ฉัด
	长	ฉา ฉ่า ฉ้า	ฉาน ฉ่าน ฉ้าน	ฉาด

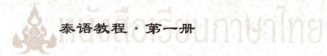

ช	短	ชะ	ชัน ชั่น ชั้น	ชัด
	长	ชา ช่า ช้า	ชาน ช่าน ช้าน	ชาด

2. 拼读下列词和句子。

(1) ขัย ใจ ได้ ตาย ไป ไก่ ไข้ ไข่ ไผ่ ค่าย ฉาย ป้าย ใต้ ขาย ไพ่ บ่าย

(2) แก้ไข ไข่ไก่ เป็นไข้ แจกจ่าย แขกไป ตายใจ แกไป ได้ใจ พ่ายแพ้ ขายไข่

(3) ฉัน ช้า ใช้ เช่น ฉุก ชุด ชก เชิด เชื่อง เฉียง เชียบ ชิด ชอบ เชือก ชักชวน ชอกช้ำ โฉงเฉง

(4) ผม แผน เพียง พี่ พวก เผือก ผืน พักผ่อน เผื่อแผ่ ผิดเพี้ยน พึมพำ ผุดผ่อง ผาเผือก เผาะแผะ พื้นเพ

(5) ดิฉันชื่อจางจิ้ง ผมชื่อฉางเฉียง เพื่อนดิฉันชื่อเฉิงชาง

(6) ฉันชอบกินเผ็ด พี่ชอบกินเค็ม พ่อชอบกินจืด

3. 抄写。

(1) 抄写本课所学的元音、辅音各五遍；

(2) 抄写练习 2 中的词和句子各一遍。

4. 听写本课所学音节。

二、学 说 话

句 型

例句 1	เขากำลังนอนอยู่	他（她）正在睡觉。
	เขากำลังซักผ้าอยู่	他（她）正在洗衣服。
例句 2	เขานอนแล้ว	他（她）睡了。
	เขาซักผ้าแล้ว	他（她）洗衣服了。

问话形式	(1)	เขากำลังทำอะไร(อยู่)ครับ(คะ)	他（她）（正）在做什么？
	(2)	คุณซักผ้าหรือยังครับ(คะ)	你洗衣服了没有？
答话形式	(1)	(กำลัง)ซักผ้าครับ(ค่ะ)	（正）在洗衣服。
	(2)	ซักแล้วครับ(ค่ะ)	洗了。
		ยังครับ(ค่ะ)	还没有。

生 词

กำลัง....	正在……	กำลัง....อยู่	正……着
....หรือยัง	……了吗？	แล้ว	了
ยัง	还，还没有	ทาน	吃
ข้าว	米饭	ทานข้าว	吃饭
อ่าน	读，念	พูด	说
ฟัง	听	เขียน	写
ดู	看	เรียน	学习
หนังสือพิมพ์	报纸	ภาษาไทย	泰语
เทป	录音带	หนัง	电影
ทบทวน	复习	บทเรียน	教材，课本
สิ	（语气词）	เข้าใจ	明白，懂

练 习

1. 用下列词汇仿照例句造泰语句子。

   例句：**ผมทานข้าว** 我吃饭。

   (1) 我，你，他
   (2) 念，说，听，写，学，看
   (3) 书，报纸，泰语，录音，电影

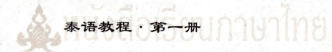

2. 用下列词汇仿照例句造泰语句子。

例句：- ผมกินข้าว　　　　我吃饭。

- ดิฉันจะกินข้าว　　　我要吃饭。

- ผมกำลังกินข้าว　　　我正在吃饭。

- ดิฉันกินข้าวแล้ว　　　我吃饭了。

洗脸	刷牙	洗头	扫屋子
洗碗	整理床铺	拖地	擦桌子
听录音	看电影	看书	学泰语
写泰文	读报	复习泰语	

3. 用练习 2 中所给词汇按下列例句造泰语句子。

例句：

(1) - คุณจะทำอะไรครับ　　　你要做什么？

- อ่านหนังสือค่ะ　　　　看书。

(2) - คุณกำลังทำอะไร(อยู่)คะ　你正在做什么？

- ทบทวนบทเรียนค่ะ　　复习功课。

(3) - คุณทานข้าวหรือยังครับ　你吃饭了吗？

- ทานแล้วค่ะ　　　　　吃了。

- ยังค่ะ　　　　　　　还没呢。

常用语句

- เข้าใจไหมคะ(ครับ)　　　　明白吗？

- เข้าใจครับ(ค่ะ)　　　　　明白。

- ไม่เข้าใจครับ(ค่ะ)　　　　不明白。

- เข้าใจหรือยังคะ(ครับ)　　 明白了吗？

- เข้าใจแล้วครับ(ค่ะ)　　　明白了。

- ยังไม่เข้าใจครับ(ค่ะ)　　　还不明白。

对 话

1. - คุณกำลังทำอะไรคะ　　　你在做什么?
   - อ่านหนังสือค่ะ　　　在看书。
   - คุณมานีกำลังทำอะไรคะ　　　玛妮在做什么?
   - ฟังเทปค่ะ　　　在听录音。
   - คุณมานะล่ะคะ　　　玛纳呢?
   - กำลังทบทวนบทเรียนค่ะ　　　在复习功课。

2. - คุณล้างหน้าหรือยังครับ　　　你洗脸了吗?
   - ล้างแล้วครับ　　　洗了。
   - แปรงฟันหรือยังครับ　　　刷牙了吗?
   - แปรงแล้วครับ　　　刷了。
   - ทานข้าวหรือยังครับ　　　吃饭了吗?
   - ยังครับ　　　还没呢。

3. - สวัสดีครับคุณทวี　　　你好,塔维。
   - สวัสดีครับ　　　你好。
   - กำลังทำอะไร(อยู่)ครับ　　　在做什么呢?
   - อ่านหนังสือพิมพ์ครับ　　　看报纸呢。
   - ทานข้าวหรือยังครับ　　　吃饭了没有?
   - ทานแล้วครับ เชิญนั่งสิครับ　　　吃了。请坐啊。
   - ขอบคุณครับ　　　谢谢。

第七课

一、字母及拼读规则

1. 复元音

1）-ุย 短复元音。舌位和口形由 -ุ 向 -ี 滑动。-ุ 发音清晰、响亮，但比较短，不能延长；-ี 发音清晰，收尾比较到位。

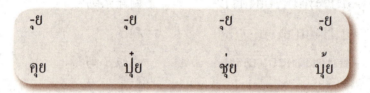

-ุย	-ุย	-ุย	-ุย
คุย	ปุ๋ย	ชุ่ย	บุ้ย

2）โ-ย 长复元音。舌位和口形由 โ- 向 -ี 滑动。โ- 发音清晰、响亮、较长；-ี 发音较轻、较短、较含糊，收尾不很到位。

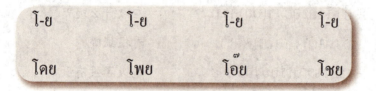

โ-ย	โ-ย	โ-ย	โ-ย
โดย	โพย	โอ๊ย	โชย

3）-อย 长复元音。舌位和口形由 -อ 向 -ี 滑动。-อ 发音清晰、响亮、较长；-ี 发音较轻、较短、较含糊，收尾不很到位。

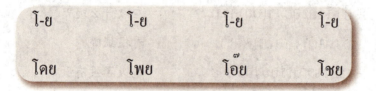

-อย	-อย	-อย	-อย
บ่อย	ค่อย	ด้อย	ช้อย

4）เ-ย　长复元音。舌位和口形由 เ-อ 向 -ี 滑动。เ-อ 发音清晰、响亮、较长；-ี 发音较轻、较短、较含糊，收尾不很到位。

เ-ย	เ-ย	เ-ย	เ-ย
เคย	เขย	เกย	เอ๋ย

2. 辅音

1）ฝ ฟ　唇齿擦音。上齿接触下唇，气流从唇齿空隙间摩擦而出。其中 ฝ 是高辅音，ฟ 是低辅音。

ฝ	ฝ	ฝ	ฝ	ฟ	ฟ	ฟ	ฟ
ฝู	ฝู่	ฝู้		ฟอ	ฟ่อ	ฟ้อ	
ไฝ	ไฝ่	ไฝ้		ฟาม	ฟ่าม	ฟ้าม	
ฝี	ฝน	ฝืน		ฟู	ฟูม	ฟัง	
ฝ่า	ฝึก	แฝด	ฝุ่น	เฟื่อง	ฟาด	ฟอก	
ฝ้าย	ฝ้า			ฟุ้ง	ฟื้น	ฟุบ	

2）ถ ฐ ท ธ ฑ ฒ　舌端齿龈塞音；清音，送气。发音部位与 ต 相同，发音时有较强气流送出。其中 ถ 和 ฐ 是高辅音，ท ธ ฑ ฒ 是低辅音。

ถ	ถ	ถ	ถ	ท	ท	ท	ท
ฐ	ฐ	ฐ	ฐ	ธ	ธ	ธ	ธ
				ฑ	ฑ	ฑ	ฑ
				ฒ	ฒ	ฒ	ฒ
ถอย	ถ่อย	ถ้อย		ทา	ท่า	ท้า	
ไถ	ไถ่	ไถ้		แทง	แท่ง	แท้ง	
ถือ	ถุง	ฐาน		เธอ	ธง	ทีม	ไทย*

---

* ไทย 发音同 ไท。ไ-ย 读 ไ-，只有个别字出现这样的写法。

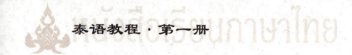

ถ่ม	ถอด	เถื่อน	ถก	ทิ่ง	โธ่	ทอด	เทียบ
ถ้ำ	ถ้า	ถ้วน		ทุก	ทัก	แท้	

书写

练习

1. 朗读下列发音练习。

(1) 朗读复元音。

-ุย โ-ย -อย เ-ย　　　-อย เ-ย -ุย โ-ย

โ-ย -อย เ-ย -ุย　　　เ-ย -ุย -อย โ-ย

(2) 注意三个复元音发音的区别（横向和纵向）。

-ุย	อุย	กุย	ตุ้ย	บุ้ย	ชุ่ย	ดุ่ย
โ-ย	โอย	โกย	โตย	โบย	โชย	โดย
-อย	อ้อย	กอย	ต่อย	บ่อย	ช้อย	ดอย

2. 拼读下列词和句子。

(1) คุย โดย ค่อย เคย ปุ๋ย ด้อย เชย เอ๋ย ถอย คุ้ยเขี่ย กอบโกย ถ้อยคำ บ่อยบ่อย เฉยเฉย

(2) ฝน ฟัง ฝืน ฟอง เฟอะ แฟง ฟัก ฝืด ฝุ่น

(3) ทอง เถียง ท่วม ทิ้ง ถ่าย ธง ทำ แทบ ถิ่น ที่ แถบ ฐาน ถุง

(4) ฝนตก ฝักใฝ่ ไฟฟ้า ฝึกฝน ฟื้นฟู ฝ่าฝืน ฟักฟูม ฝาแฝด ใฝ่ฝัน
ฟัดเฟียด เฟื่องฟู ฟอดแฟด

(5) ทบทวน ท่วมท้น ถิ่นฐาน ทิ่มแทง ถอดถอน ถี่ถ้วน ทับทิม ธงแดง
ถ่องแท้ ถกเถียง

(6) แกถาม ผมตอบ　　　　　　　ผมอ่าน แกฟัง
แกอ่านออกเขียนได้　　　　　ฉันเขียนตอนบ่าย
ผมท่องบ่อยบ่อย　　　　　　ฉันทบทวนทุกคืน
แกชอบพูดชอบคุย　　　　　 แกถูก ผมผิด

3. 抄写。
(1) 抄写本课所学元音和辅音各五遍；
(2) 抄写练习 2 中列出的词和句子各一遍。

4. 听写本课所学音节。

二、学 说 话

句 型

例句 1	เราคุยกัน*	我们聊天。
	นักศึกษาดูหนังกัน	学生们看电影。
动词短语	ไปดูหนัง	去看电影
	ไปห้องเรียน	去教室
例句 2	ผมไปดูหนัง	我去看电影。
	เราไปห้องเรียนกัน	我们到教室去。

---

* **กัน**是表示两个以上的人相互动作或共同动作的副词。表示相互动作时，一定要用**กัน**；表示共同动作时，如果语言环境比较明确，**กัน**也可以省略。

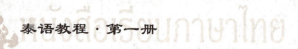

问话形式　(1) คุณ*กำลังทำอะไรกันครับ(คะ)

你们（正在）在做什么？

(2) เขาไปไหนครับ(คะ)　　他去哪儿？
　　เขาไปไหนกันครับ(คะ)　他们去哪儿？

(3) คุณจะไปไหนครับ(คะ)　　你要去哪儿？
　　คุณจะไปไหนกันครับ(คะ)　你们要去哪儿？

(4) คุณจะไปห้องเรียนกันไหมครับ(คะ)

你们要去教室吗？

คุณจะไปดูหนังกันไหมครับ(คะ)

你们要去看电影吗？

答话形式　(1) คุยกันครับ(ค่ะ)　　　　聊聊天。

(2) ไปดูหนังครับ(ค่ะ)　　　去看电影。
　　ไปดูหนังกันครับ(ค่ะ)　　去看电影。

(3) ไปหาหมอครับ(ค่ะ)　　　去看大夫。
　　ไปโรงพยาบาลกันครับ(ค่ะ)　去医院。

(4) ไปครับ(ค่ะ)　　　　　去。
　　ไม่ไปครับ(ค่ะ)　　　　不去。

生　词

คุย	聊天，谈心	เรา	我们
คุณ	你们	เขา	他们
กัน	（副词）（见51页脚注）	โรงพยาบาล	医院
ซื้อ	买	ของ	东西，物品
หา	找	หมอ	大夫

---

* **คุณ**作人称代词时，既可表单数，又可表复数，要看语言环境或者句后有无**กัน**来区别。**เขา**也有同样情况。

练习

1. 指出下面左、右两边动词或动词短语之间的区别，然后加进主语部分，使其成为完整的句子。

ไป	-	ไปกัน
มา	-	มากัน
ทำ	-	ทำ....กัน
กวาดห้อง（扫屋子）	-	กวาดห้องกัน（扫屋子）
ดูหนัง	-	ดูหนังกัน
ทานข้าว	-	ทานข้าวกัน

2. 从（1）和（2）项中各选一个词或短语仿照下列例句造泰语句子。

例句：เขา - ดูหนัง -- เขาไปดูหนัง　　　（他去看电影。）

　　　เขา - ดูหนังกัน -- เขาไปดูหนังกัน　（他们去看电影。）

(1) 我　　我们　　你　　他　　学生　　老师
(2) 学习　学泰语　吃饭　睡觉　读（念）　聊天　看报
　　复习　看书　　洗手　洗头　去

3. 用泰语回答下列问题。
(1) 他们正在做什么？
(2) 你们上哪儿去？
(3) 他们去哪儿了？

常用语句

เรียน	学习，上课	เข้าเรียน*	上课
เลิกเรียน	下课	กลับ	回去
พัก	休息		

---

* 平时我们说的"上课"可以表示上课的状态，也就是"学习"的意思，如"同学们正在上课"、"上午要上课"，泰语用"เรียน"；也可以表示进入上课状态或开始上课，如"上课啦"、"还没有上课呢"，泰语用"เข้าเรียน"。"睡觉"也有同样的情形，泰语分别用"นอน"和"เข้านอน"。

对 话

- เขาไปไหนกันครับ 他们上哪儿去？
- ไปห้องเรียนกันค่ะ 上教室去。
- ไปทำอะไรกันครับ 去干什么（干什么去）？
- ไปฟังเทปกันค่ะ 去听录音（听录音去）。
- คุณจะไปฟังเทปไหมครับ 你去听录音吗？
- ไม่ไปค่ะ 不去。
- คุณจะทบทวนภาษาไทยไหมครับ 你复习泰语吗？
- ไม่ทบทวนค่ะ ทบทวนแล้วค่ะ 不（复习），复习过了。
- คุณจะทำอะไรครับ 你要做什么？
- ดิฉันจะไปห้องสมุดค่ะ 我要去图书室（我要上图书室去）。

- ไปทำอะไรครับ 去干什么（干什么去）？
- อ่านหนังสือค่ะ （去）看书（看书去）。

第八课

一、字母及拼读规则

1. 复元音

1） -าว 长复元音。舌位和口形由 -า 向 -ู 滑动。-า 发音清晰、响亮、较长；-ู 发音较轻、较短、较含糊，收尾不很到位。

-าว	-าว	-าว	-าว
ขาว	ข้าว	คาว	ดาว

2） เ-า 短复元音。舌位和口形也是由 -า 向 -ู 滑动。-า 发音清晰、响亮，但较短、不能延长；-ู 发音清晰，收尾比较到位。

เ-า	เ-า	เ-า	เ-า
เขา	เบา	เผา	เฝ้า*
เข่า	เค้า		

3） -ิว 短复元音。舌位和口形由 -ี 向 -ู 滑动。-ี 发音清晰、响亮，但较短、不能延长；-ู 发音清晰，收尾比较到位。

-ิว	-ิว	-ิว	-ิว	
ผิว	ติ้ว	ดิ่ว	ฉิว	คิ้ว

---

* 短复元音 เ-า 在发第三和第四声调时，发音略长。

4）เ-ว*[1] 长复元音。舌位和口形由 เ- 向 -ู 滑动。เ- 发音清晰、响亮、较长；-ู 发音较轻、较短、较含糊，收尾不很到位。

เ-ว	เ-ว	เ-ว	เ-ว
เอว			

5） แ-ว 长复元音。舌位和口形由 แ- 向 -ู 滑动。แ- 发音清晰、响亮、较长；-ู 发音较轻、较短、较含糊，收尾不很到位。

แ-ว	แ-ว	แ-ว	แ-ว
แถว	แผ่ว	แก้ว	แจ๋ว

2.辅音

1） ส ศ ษ ซ 舌端齿背擦音。舌端靠近齿背，气流从舌端和齿背间摩擦而出。其中 ส ศ ษ 是高辅音，ซ 是低辅音。

ส	ส	ส	ส	ซ	ซ	ซ	ซ
ศ	ศ	ศ	ศ				
ษ	ษ	ษ	ษ				
ใส	ใส่	ใส้		ซี	ซี่	ซี้	
เสา	เส่า	เส้า		ซอง	ซ่อง	ซ้อง	
เสียง	สอน	ศัย	ษา	เซ็น	โซม	ซึม	
สิ่ง	สะ	ศึก	สั่ง	ซึ่ง	เซ่อ	แซก	
สู้	เสื้อ	แส้		ซ้ำ	ซัก	ซิ	

---

*1 泰语中只有一个词有短复元音 เ-็ว 的形式，因此本教程不将 เ-็ว 单列为一个元音音素。

*2 ห、 ฮ 的发音部位很低，在与发音部位最低的元音 -ะ、 -า 拼合时，往往略带鼻音。

2）ห ฮ 声门擦音。舌身后移，气流通过声门时发生摩擦形成此音。其中ห是高辅音，ฮ是低辅音。ห与ฮ的发音部位比汉语中的h（舌根软颚擦音）低，要注意练习。

ห	ห	ห	ห	ฮ	ฮ	ฮ	ฮ
หา*[2]	ห่า	ห้า		ฮา	ฮ่า	ฮ้า	
หาม	ห่าม	ห้าม		ฮือ	ฮื่อ	ฮื้อ	
หอ	หาว	เหว	หอม	โฮ	แฮ	ฮือ	
เหาะ	ห่วง	หด		โฮก	ฮูก	ฮึ่ม	
ห้อง	หุ้ม	ให้		ฮะ	ไฮ้	ฮุบ	

3.高辅音小结

1）高辅音共有七个音素，十个字母。它们是：

ข ฉ ฐ ถ ผ ฝ ศ ษ ส ห

2）高辅音在拼读中有二、三、五三个声调。

书 写

练 习

1. 朗读下列发音练习。

（1）朗读复元音。

-ิว เ-ว แ-ว　　แ-ว -ิว เ-ว　　เ-ว แ-ว -ิว

（2）注意元音 -อ เ-า -าว 之间的差别（横向和纵向）。

-อ	กอ	ขอ	คอ	ทอ	สอ	หอ	ข้อ	ปอ
เ-า	เกา	เขา	เคา	เทา	เสา	เหา	เข้า	เปา
-าว	กาว	ขาว	คาว	ทาว	สาว	หาว	ข้าว	ปาว

（3）注意短复元音 เ-า 在发第三、四声调时和发其他声调时的差别。

一调	เกา	เตา	เปา		เทา
二调	เก่า	เต่า	เป่า	เข่า	
三调	เก้า	เต้า	เป้า	เข้า	เท่า
四调					เท้า
五调				เขา	

2. 拼读下列词和句子。

(1) เก้า　ก้าว　ข้าว　เขา　ผิว　เท่า　ทิว　เฒ่า　จิ๋ว　เอว　สิว
แก้ว　แจ๋ว　คิ้ว　หิว　เหว　แผ่ว　เจ้า　เบา　ป่าว　แถว

(2) สวมใส่　ซุกซน　เซ็นชื่อ　ภาษา　ซับซ้อน　ข้าศึก　ซู่ซ่า
พี่สาว　ศึกษา　เสียงใส　สีสด　ซออู้　ดินสอ　สิบสอง

(3) หุงข้าว　เสียหาย　ห้องพัก　แห้งเหือด　หิ้วของ　หดหู่
เห็ดหอม　เห็นใจ　ฮึดฮาด　โหดเหี้ยม　โหยหวน　เฮฮา
เหาะเหิน　ฮึกฮัก

(4) หา หาม หาง หาย หาว เห่า หาบ หัด หัน ห้า
ห้าม หาก ให้

(5) ดิฉันทำแบบฝึกหัด
ผมหัดอ่านออกเสียง
เขาซักผ้า ผมจัดห้อง
เขาสวมเสื้อสะอาด
ผมจะไปซื้อดินสอ

3. 抄写。

（1）抄写本课所学元音及辅音各三遍；

（2）抄写练习 2 中列出的词和句子各一遍。

4. 听写本课所学音节。

二、学 说 话

句 型

复合名词	โรงอาหาร	食堂，饭厅
	ห้องเรียน	教室
例句	เราเรียนกันในห้องเรียน*1	我们在教室上课（学习）。
	เราไปเรียนกันที่ห้องเรียน	我们去教室上课。
	เขา(กำลัง)เรียนกันอยู่ในห้องเรียน	他们正在教室上课*2。

*1 ในห้องเรียน 指在教室里面， ที่ห้องเรียน 指在教室那个地方。

*2 汉语中的“在”有好几个词义，译成泰语时要特别注意。当动词用时表示“存在”，泰语用อยู่，如เขาอยู่ที่ไหน；当介词用时，引导时间、处所短语修饰谓语，泰语要看具体情况选用适当的介词，如 เราเรียนกันในห้องเรียน เราจะไปเรียนกันที่ห้องเรียน； 当助动词用时表示“正在”，泰语也用 อยู่，但位置要在谓语之后，有时与 กำลัง 配合使用，后面还可以跟表示时间、处所等的介词短语，如 เขา(กำลัง)เรียนกันอยู่ในห้องเรียน。

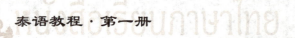

问话形式	คุณเรียนกันที่ไหนครับ(คะ)	你们在哪儿上课？
	คุณไปเรียนกันที่ไหนครับ(คะ)	你们去哪儿上课？
	เขา(กำลัง)เรียนกันอยู่ที่ไหนครับ(คะ)	
		他们（正）在哪儿上课？
答话形式	ที่(ใน)ห้องเรียนครับ(ค่ะ)	在教室（上课）。
	ที่ห้องเรียนครับ(ค่ะ)	（去）教室（上课）。
	ที่(ใน)ห้องเรียนครับ(ค่ะ)	在教室（上课）。

生　词

น้ำ*	水	ทำงาน	工作
อาบน้ำ	洗澡	สนาม	操场，场地
โรง	用于某种用途的建筑物或场所	อาหาร	饭菜，食物
		โรงอาหาร	食堂，餐厅
กีฬา	体育运动	สนามกีฬา	运动场
ออกกำลังกาย	体育锻炼	ร้านขายของ	商店
เล่น	玩；打（球）	ปิงปอง	乒乓球
ฟุตบอล	足球	บาสเกตบอล	篮球
วอลเลย์บอล	排球	อังกฤษ	英国
จีน	中国	ไทย	泰国
ภาษา	语言	หอสมุด	图书馆
ห้องน้ำ	盥洗室，洗手间	ห้องอาบน้ำ	浴室

---

* น้ำ这个词在字形上是短元音，但实际言语中要发长元音 น้าม 。

练 习

1. 用泰语说出下面的复合名词。
   (1) 食堂　学校　电影院　医院
   (2) 泰语　汉语　英语
   (3) 图书馆　教室　办公室　乒乓球室
   (4) 运动场　篮球场　排球场　足球场

2. 用练习1.中（1）（2）（3）和（4）项所列出的词汇按照例句造泰语句子。
   例句　老师们在办公室工作（办公）。
   － 老师们在哪儿工作（办公）？
   － 办公室。

3. 用下列各项所列出的词汇，按例句造泰语句子。
   例句　我去图书馆看报。
   － 你去哪儿看报？
   － 图书馆。

   (1) 学生　老师　我　你　他　我们
   (2) 在（动词）　坐　站　睡　聊天　洗衣服　洗脸　洗头　洗澡　刷牙　学习　读报　听录音　看电影　写泰文　复习英语　买东西　吃饭　锻炼身体　打乒乓球　打篮球　打排球　踢足球　看医生
   (3) ใน　ที่　บน
   (4) 教室　宿舍　图书馆　盥洗室　浴室　乒乓球室　运动场　椅子　床　商店　食堂　电影院　医院　这儿　那儿

常用语句

- ไปไหนมาครับ(คะ)*　　　上哪儿去啦？干什么去啦？
- ไปห้องสมุดมาครับ(ค่ะ)　　上图书馆去了。

---

* 用于想知道某人从什么地方或干什么事回来。是见面时常用的寒暄用语。

对 话

1. - ใครอยู่ในห้องคะ 谁在屋里？
   - คุณหวางครับ 王先生（小姐、女士）。
   - เขา(กำลัง)ทำอะไรอยู่ในห้องคะ 他（她）在屋里做什么呢？
   - กำลังทบทวนภาษาอังกฤษครับ 在复习英语。
   - คุณหลี่อยู่ไหมคะ 李先生（小姐、女士）在吗？
   - ไม่อยู่ครับ 不在。
   - เขาอยู่ที่ไหนคะ 他（她）在哪儿？
   - อยู่ในห้องเรียนครับ 在教室。
   - เขาไปทำอะไรที่นั่นคะ 他（她）上那儿做什么去了？
   - ไปฟังเทปครับ 听录音去了。

2. - คุณทานข้าวกันที่ไหนครับ 你们在哪儿吃饭？
   - ที่โรงอาหารค่ะ 在食堂。
   - ดูหนังกันที่ไหนครับ 在哪儿看电影？
   - ที่โรงหนังค่ะ 在电影院。
   - ออกกำลังกายกันที่ไหนครับ 在哪儿锻炼身体？
   - ที่สนามกีฬาค่ะ 在操场。
   - อ่านหนังสือพิมพ์กันที่ไหนครับ 在哪儿看报纸？
   - ที่หอสมุดค่ะ 在图书馆。

3. - คุณจะไปไหนครับ 你去哪儿？
   - ไปซื้อของครับ 去买东西。
   - ไปซื้อที่ไหนครับ 上哪儿买去？
   - ที่ร้านขายของครับ 上商店。
   - ไปซื้ออะไรที่นั่นครับ 上那儿买什么？
   - ซื้อสมุดครับ 买本子。

第九课

一、字母及拼读规则

1. 复元音

本课要学的复元音是由三个元音组成的，称为三元音。泰语三元音的发音特点是第一个元音发音清晰、响亮、较长；第二个元音是过渡音，很轻，一带而过；第三个元音也较轻、较含糊，收尾不到位。这些特点与汉语不同，要注意练习。

1）เ-ียว　长复元音。舌位和口形由 -ี 向 -า 再向 -ู 滑动。不同于汉语中的iao（如：腰）。

เ-ียว　　เ-ียว　　เ-ียว　　เ-ียว

เดียว　　เกี่ยว　　เที่ยว　　เคี้ยว　　เสียว

2）เ-ือย　长复元音。舌位和口形由 -ื 向 -า 再向 -ี 滑动。

เ-ือย　　เ-ือย　　เ-ือย　　เ-ือย

เดือย　　เฉื่อย　　เจื้อย　　เฟื้อย

3）-วย　长复元音。舌位和口形由 -ู 向 -า 再向 -ี 滑动。不同于汉语中的uai（如：歪）。

-วย　　-วย　　-วย　　-วย

อวย　　ป่วย　　ช่วย　　ด้วย　　ฉวย

2. 辅音

1）ง 这个辅音在第三课中已经学过，是低辅音。它除了作尾音外也可以出现在音节的开头。汉语普通话里没有以 ng 开头的音节，北方同学要多加练习。

ง	ง	ง	ง
งอ	ง่อ	ง้อ	
เงา	เง่า	เง้า	
งู	ไง	งง	งาม
ง่วง	แง่	เงียบ	งอบ
งัด	งบ	แง้ม	เงื้อม

2）น ณ 第三课中已经学过，是低辅音。ณ 的发音与 น 相同。น 和 ณ 都可以出现在音节的开头。

น	น	น	น	
ณ	ณ	ณ	ณ	
นัน	นั่น	นั้น		
นำ	น่ำ	น้ำ		
ใน	นอน	นาน	เนือง	
นั่ง	แน่น	น่าน	นอก	
แนะ	นะ	นก	นิด	นั้น

3） ม 第三课中已经学过，是低辅音。ม 也可以出现在音节的开头。

ม	ม	ม	ม	
โม	โม่	โม้		
ไม	ไม่	ไม้		
มี	มือ	เมา	เมือง	โมง
แม่	มุ่ง	ม้าก	เมื่อ	มีดู้
มิ	มัก	มุง	เม็ด	แมน

4） ย ญ 舌面擦音。舌面向硬腭处抬起，气流从舌面和硬腭间摩擦而出。两个都是低辅音。

ย	ย	ย	ย	
ญ	ญ	ญ	ญ	
ยา	ย่า	ย้า		
ยาย	ย่าย	ย้าย		
ยาว	ยิง*	ญวน	แยม	เยือน
แย่	ญี่*	โยก	ยาก	ยืด
ยิ้ม	แย้ม	เยอะ	เย็บ	ญิบ

* ยและญ 与 ี- 拼合时，舌面与硬腭间要稍带摩擦，不同于อี 。

5）ว 双唇擦音。双唇撮圆，气流从双唇间摩擦而出。是低辅音。

ว	ว	ว	ว
วา	ว่า	ว้า	
วาว	ว่าว	ว้าว	
วัน	วง	แวว	วัว[*1]
ว่าย	วาด	วูบ[*1]	ว่าง
แวะ	วก	เวิ้ง	

6）ร 舌尖齿龈颤音。舌身尽量放松，舌尖向上齿龈处靠拢，呼出的气流使舌尖颤动。是低辅音。汉语中没有这个辅音，要多加练习。

ร	ร	ร	ร
รี	รี่	รี้	
รู	รู่	รู้	
เรียน	เร็ว[*2]	ราว	เรือน
ร่าง	เริ่ม	เรื่อย	แรก
ร้าน	รุ	รัก	ไร้

7）ล ฬ 舌尖齿龈边音。舌尖顶住上齿龈，气流从舌的两边送出。两个都是低辅音。有些地区，如重庆、武汉、南京等地 l 和 n 是不分的。这些地区的学生要注意多练习。

---

*1 ว 与 ู 拼合时，双唇间要稍带摩擦，不同于อู。

*2 第八课中提到的 เ–ว 的唯一一个短音就是 เร็ว（“快”的意思）这个词。

ล	ล	ล	ล
พ	พ	พ	พ
แล	แล่	แล้	
ลา	ล่า	ล้า	
แล	เลว	ลืม	ลาน
ไล่	เลื่อน	โลก	ลาก
เละ	เล็ก	เลี้ยว	ล้วน

3. 复元音小结　泰语共有复元音17个，元音字母19个，其中双元音14个，元音字母16个；三元音 3 个，元音字母 3 个。

1）双元音

（1） 以近似 -า 收尾的 3 个，这三个双元音后面能带尾音，它们是：

เ-ีย　เ-ือ　-ัว

（2） 以近似 -ี 收尾的 6 个，8个字母，后面不带尾音，它们是：

-าย　ไ-　ใ-　-ัย　-ุย　โ-ย　-อย　เ-ย

（3） 以近似 -ู 收尾的 5 个，后面不带尾音，它们是：

-ิว　เ-ว　(เ-็ว)　แ-ว　เ-า　-าว

2）三元音

有 3 个，后面不带尾音，它们是：

เ-ียว　เ-ือย　-วย。

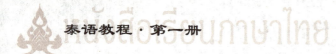

4. 低辅音小结

1） 低辅音共有14个音素（其中7个在高辅音中有相对应的音素，另外7个没有），23个字母。它们是：

ค ฆ ง ช ซ ฌ ญ ฑ ฒ ณ ท ธ น พ ฟ ภ ม ย ร ล ว ฬ ฮ

2）低辅音在拼读中有一、三、四三个声调。

书写

练习

1. 朗读下列发音练习（分组纵向），注意各组相似音间的区别。

(1)

-ิว	คิ้ว	ดิ่ว	จิ๊ว	สิว	ทิว	ยิว
เ-ียว	เคี้ยว	เดี่ยว	เจี๊ยว	เสียว	เทียว	เยียว
เ-ย	เอ่ย	เชย	เนย	เฟ้ย	เมย	เลย
เ-ือย	เอื่อย	เฉื่อย	เนือย	เฟื้อย	เมื่อย	เลื่อย
-ุย	รุย	กุย	ชุ่ย	ทุย	ปุย	หุย
-วย	รวย	กวย	ช่วย	ทวย	ป่วย	หวย

(2)

อ ง	อา งา	อาน งาน	ไอ ไง	เอา เงา	อำ งาม	เอื้อน เงื่อน
บ ม	บาก มาก	บิด มิด	ใบ ไม	เบีย เมีย	บัน มัน	บอง มอง
น ล ด	นา ลา ดา	นั่น ลั่น ดั้น	ใน ลัย ใด	นำ ลำ ดำ	นม ลม ดม	นุ่น ลุ่น ดุ้น
ร ล	ราว ลาว	ร้าน ล้าน	รู่ ลู่	แร่ แล่	รุก ลุก	เรื่อย เลื่อย
อ ย	อี้ ยี่ ญี่	เอี้ยง เยี่ยง	เอี้ยม เยี่ยม	อิง ยิง	อิน ยิน	อิ่ม ยิ้ม
อ ว	อู้ วู่	อุ่น วุ่น	อูด วูด	อุด วุด	อัว วัว	อง วง

2. 拼读下列词和句子。。

(1) โดดเดี่ยว　คดเคี้ยว　เรี่ยวแรง　เขียวสด　ท่องเที่ยว

เฉื่อยเนือย เมื่อยล้า เรื่อยเปื่อย เอื่อยเอื่อย

เห็นด้วย เจ็บป่วย สวยสวย ร่ำรวย　รำมวย

(2) งอกงาม　งวยงง　ง้าวงอด　โง่เง่า　งัวเงีย

นัดแนะ　นมเนย　นอบน้อม　แน่นอน　น่านน้ำ

ม้ามืด　ไม้มือ　มัวเมา　มองเมียง　มะม่วง

ยัดเยียด　แยกย้าย　เยาะเย้ย　ยิ้มแย้ม　เย็นเยือก

วงเวียน　ว่างเว้น　วาววับ　วี่แวว　เวิ้งว้าง

เรี่ยวแรง　เรื่องราว　รวดเร็ว　รบเร้า　โรงเรียน

　　　　ล้มลุก　โลดแล่น　เลื่องลือ　ละเลย　ล่วงลับ
(3) เราเป็นนักศึกษา　　　　เราเรียนภาษาไทย
　　 เราเข้าเรียนเวลาแปดนาฬิกา
　　 เราเลิกเรียนเวลาสิบสองนาฬิกา
　　 พ่อผมทำงานในโรงงาน　　　ลุงผมเป็นชาวนา
　　 น้องผมอายุยังน้อย　　　แม่ผมรักน้องมาก

3. 抄写。
(1) 抄写本课所学元音和辅音各五遍；
(2) 抄写练习 2 中列出的词和句子各一遍。

4. 听写本课所学音节。

二、学 说 话

句 型

名词短语	หนังสือเล่มนี้*	这本书
	เล่มนี้	这本
例句	หนังสือเล่มนี้ดี	这本书很好。
	เล่มนี้ดี	这本很好。
问话形式	หนังสือเล่มนี้ดีไหมครับ(คะ)	
		这本书好吗？
	เล่มนี้ดีไหมครับ(คะ)	这本好吗？
答话形式	ดีครับ(ค่ะ)	很好。
	ไม่ดีครับ(ค่ะ)	不好。

---

* นี้ นั้น โน้น 和 นี่ นั่น โน่น 都是指示代词。但 นี่ นั่น โน่น 可以单用，如 นี่อะไร เขาอยู่ที่นั่น；นี้ นั้น โน้น 则必须跟在名词或量词之后，如 โรงเรียนนั้น หนังสือเล่มนี้。

生词

เล่ม	本（书本的量词）	คน	人；个（人的量词）
ตัว	（桌椅板凳、衣裤和大多数动物的量词）	ห้อง	间（房间的量词）
		นี้	这
นั้น	那	โน้น	那（远指）
ชาย	男	หญิง	女
สูง	高	เตี้ย	矮
ใหญ่	大	เล็ก	小
ยาว	长	สั้น	短
ขยัน	用功，勤奋	สวย	美，漂亮

练习

1. 用泰语说出下列名词并给它们配上适当的量词和加上指示代词。

学生	书	宿舍	教室
老师	本子	图书馆	衣服
男学生	桌子	盥洗室	裤子
女学生	椅子	办公室	

2. 选择下表中 ก 项和 ข 项里所给的词，按 ค 项里的要求造句。

ก	ข	ค
书　图书馆 本子　盥洗室 桌子　办公室 椅子　（大）学生 凳子　老师 衣服　人 裤子　男学生 教室　女学生 宿舍	我的 你的 我们的 这（那）张 这（那）间 这（那）本 这（那）个 这（那）件 这（那）条 这（那）把	在某地 怎么样 在做某事 去做某事 上某地去 在某地做某事 去某地做某事

3. 将练习 2 中造好的句子改为问句并给以回答。

71

常用语句

- ลาละนะครับ(คะ) 告辞啦。
- พบกันใหม่ 再见。

对话

1. - นักศึกษาอยู่ที่ไหนครับ 学生们在哪儿?
 - อยู่ที่ห้องเรียนค่ะ 在教室。
 - เขากำลังทำอะไรกันอยู่ครับ 他们在做什么?
 - กำลังทบทวนบทเรียนกันค่ะ 在复习功课。
 - นักศึกษาชายคนนี้กำลังทำอะไรอยู่ครับ 这个男生在做什么?
 - ฟังเทปค่ะ 听录音。
 - นักศึกษาหญิงคนนั้นกำลังทำอะไรอยู่ครับ 那个女生在做什么?
 - อ่านภาษาไทยค่ะ 读泰文。
 - คนนั้นล่ะครับ 那个人呢?
 - เขียนภาษาไทยค่ะ 写泰文。
 - นักศึกษาคนนั้นขยันไหมครับ 那个学生（同学）用功吗?
 - ขยันค่ะ 用功。
2. - หนังสือเล่มนี้ของใครคะ 这本书是谁的?
 - ของผมครับ 我的。
 - หนังสือเล่นนี้ดีไหมคะ 这本书好吗?
 - ดีครับ （很）好。
 - เสื้อตัวนี้ของใครคะ 这件衣服是谁的?
 - ของคุณทวีครับ สวยไหมครับ 塔维的。漂亮吗?
 - สวยค่ะ ตัวนั้นของใครคะ 很漂亮。那件是谁的?
 - ของผมครับ สวยไหมครับ 我的。漂亮吗?
 - ไม่สวยค่ะ 不漂亮。

第十课

一、字母及拼读规则

复辅音

两个辅音结合在一起的辅音叫复辅音。复辅音发音时由第一个辅音的发音部位很快地转移到第二个辅音的发音部位，中间没有元音间隔。它是作为一个辅音音素与元音拼合的。

泰语中的复辅音有以下特点：

1. 前一个辅音都是塞音，后一个辅音不是 ร、ล 就是 ว；
2. 复辅音也分高、中、低三组，由前一个辅音字母的组别决定。

1）中复辅音　中复辅音共有六个：

กร-	กล-	กว-	ตร-	ปร-	ปล-
กร-	กระ	เกรง	กร่อน*	กรุง	กรอบ
กล-	กลาย	กลืน	เกลือ	กลับ	กล้า
กว-	กว่า	กว้าง	กวัด	เกวียน	ไกว
ตร-	ตรอง	ตรา	ตรง	ตรึง	เตรียม
ปร-	ประ	เปรม	ปรุง	ปรับ	เปรี้ยว
ปล-	ปลา	เปล่า	ปลูก	ปลื้ม	เปลี่ยน

2）高复辅音　高复辅音共有四个：

ขร-	ขล-	ขว-	ผล-

---

* 在复辅音之上或之下的元音以及声调符号要写在该复辅音的第二个辅音字母之上或之下。

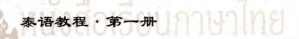

ขร-	ขรึม	ขรัว	ขริบ		
ขล-	ขลาด	ขลุ่ย	เขลา		
ขว-	ขวา	แขวน	ไขว่		
ผล-	ผลิ	ผลัด	แผลง	ผละ	ผลัก

3) **低复辅音** 低复辅音共有五个：

คร-	คล-	คว-	พร-	พล-	
คร-	ครู	ครั้ง	คราว	ครับ	เครื่อง
คล-	คลาย	คลาน	คลี่	คลื่น	เคล็ด
คว-	ความ	คว่ำ	ควัก	ควาย	แคว้น
พร-	พรม	พริก	พรุ่ง	พร้อม	ไพร่
พล-	พลี	เพลิง	พลิก	พลู	เพลีย

练 习

1. 朗读下列发音练习（分组纵向），注意各组相似音间的区别。

(1)
กะ	กับ	ปา	คู	ปะ	พุ่ง	ตำ	ผัน
กระ	กลับ	ปลา	ครู	ประ	พรุ่ง	ตรำ	ผลัน

(2)
ขา	กาง	กัก	คาย
ขวา	กวาง	กวัก	ควาย

(3)
กวง*	กวด	ควน	ขวด	ขวย
กวาง	กวาด	ควัน	ขวัด	ขวาย

* 泰语中只有个别复辅音กว- ขว- คว- 与元音โ-ะ 相拼的音节，因此 กวง กวด ควน ขวด ขวย 等音节中的辅音一般都不是复辅音，而是辅音ก ข ค 与元音 -ัว 相拼并带尾音的音节。如果是复辅音，词典中都会注明。

2. 拼读下列音节。

(1) กรอก	กร้าว	กราบ	กรี๊ด	กริ๊ง
เกลา	กลุ่ม	กล่อง	กล้วย	เกลื่อน
กวาง	กวาด	แกว่ง	กว้าน	กวัก
แตร	ตรี	ตราบ	ตรู่	ไตร
โปรด	เปรียบ	ปราบ	โปร่ง	เปรอะ
เปล	ปล้น	แปล	เปลือก	ปลีก
(2) ขรัว	ขริบ	ขรุขระ		
เขลง	โขลง	ขลาด		
เขว*	ขวาก	ไขว่		
แผล	ผลิ	เผลอ		
(3) ครึ่ง	เคร่ง	เครียด	ครึ้ม	ครบ
คลอง	คลั่ง	คล้าย	เคลื่อน	คลอด
คว้า	แคว*	ควัน	เคว้งคว้าง	
พระ	พรวด	พร่ำ	พร้อมเพรียง	
พลอย	เพลิง	โพล้เพล้	เพลิดเพลิน	

3. 朗读下列词、短语和句子。

กระเป๋า แปรงฟัน กวาดห้อง กว้างขวาง

ครูของเราชื่ออะไรครับ
ดิฉันจะกลับพรุ่งนี้ค่ะ
ครอบครัวของเขามีใครบ้างครับ
เขาทำความสะอาดกันค่ะ
ใครเคาะประตูครับ

---

* 这类字从字形上看可能有两种读法，要查阅词典才能确定。这里的 เขว 和下面的 แคว 都是辅复音 ขว- คว- 与元音 เ- แ- 相拼的音节，而不是辅音ข ค与复元音เ-ว แ-ว相拼的音节。

กลางคืนจะประชุมค่ะ
เตรียมตัวทำอะไรครับ
เพลงนี้เพราะมากค่ะ

4. 抄写。
（1）抄写本课所学复辅音各三遍；
（2）抄写练习3中列出的词、短语和句子一遍。

5. 听写本课所学音节。

二、学 说 话

句　型

例句	ห้องเรียนของเราใหญ่	我们的教室（很）大。
	ห้องเรียนของเราใหญ่มาก	我们的教室很大。
	ห้องเรียนของเราไม่ค่อยใหญ่	我们的教室不太大。
	ห้องเรียนของเราไม่ใหญ่	我们的教室不大。
	ห้องเรียนของเราไม่ใหญ่เลย	我们的教室一点儿也不大。
问话形式	ห้องเรียนของคุณใหญ่ไหมครับ(คะ)	
		你们的教室大吗？
答话形式	ใหญ่ครับ(ค่ะ)	（很）大。
	ใหญ่มากครับ(ค่ะ)	很大。
	ไม่ค่อยใหญ่ครับ(ค่ะ)	不太大。
	ไม่ใหญ่ครับ(ค่ะ)	不大。
	ไม่ใหญ่เลยครับ(ค่ะ)	一点儿也不大。

生词

มาก	很	ไม่ค่อย....	不太……
ไม่....เลย	一点儿也不……	สว่าง	明亮
มืด	暗	กว้าง	宽敞
สะอาด	干净，清洁	สบาย	舒适
ผอม	瘦	อ้วน	胖
ยาก	难	ง่าย	容易
บท	篇，课（量词）	แคบ	窄
ดื่ม	喝	น้ำชา	茶水
ขอบคุณ	谢谢	ไม่เป็นไร	没关系

练习

1. 用句后括弧中所给词汇填空。

   (1) ห้องพักของเรา_____

   （大 เล็ก กว้าง แคบ 明亮 มืด สะอาด 舒服）

   (2) ห้องพักของเรา_____吗？

   （大 กว้าง 明亮 สะอาด 舒服）

   (3) นักศึกษาคนนี้_____

   （ผอม อ้วน สูง เตี้ย 用功）

2. 用泰语仿照例句回答下列问题。

   例句：ถาม － 这课难吗？ บทเรียนบทนี้ยากไหมครับ(คะ)

   ตอบ －（很）难。 ยากครับ(ค่ะ)

   不难。（很容易。） ไม่ยากครับ(ค่ะ) (ง่าย)

   不太难。 ไม่ค่อยยากครับ(ค่ะ)

   很难。 ยากมากครับ(ค่ะ)

一点儿也不难。（很容易。）

ไม่ยากเลยครับ(ค่ะ) (ง่ายมาก)

(1) 你们的教室亮吗？
(2) 你们的宿舍干净吗？
(3) 他胖吗？
(4) 他高吗？
(5) 你们的食堂大吗？
(6) 这本书好吗？
(7) 这个学生用功吗？
(8) 这间屋子的灯亮吗？

常用语句

- เชิญนั่งครับ(ค่ะ)　　　　　请坐。
- เชิญดื่มน้ำชาครับ(ค่ะ)　　　请喝茶。
- ขอบคุณครับ(ค่ะ)　　　　　谢谢。
- ไม่เป็นไรครับ(ค่ะ)　　　　不谢。（不客气。没关系。）

短文

1. ห้องเรียนของเราไม่ใหญ่ ไม่เล็ก　　我们的教室不大也不小。
   ห้องเรียนของเราสว่าง　　　　　我们的教室很明亮。
   ห้องเรียนของเราสะอาด　　　　我们的教室很干净。
   ห้องเรียนของเราดีมาก　　　　我们的教室很好。

2. ห้องทำงานห้องนี้เล็กมาก　　　　这间办公室很小。
   ห้องทำงานห้องนี้ไม่ค่อยสว่าง　　这间办公室不太明亮。
   ห้องทำงานห้องนี้ไม่ค่อยสะอาด　这间办公室不太干净。
   ห้องทำงานห้องนี้ไม่ค่อยดี　　　这间办公室不太好。

3. บทเรียนบทนี้ไม่ยาวไม่สั้น　　　这篇课文不长也不短。
   บทเรียนบทนี้ไม่ยากไม่ง่าย　　这篇课文不难也不容易。
   บทเรียนบทนี้ดีมาก　　　　　这篇课文很好。

第十一课

一、字母及拼读规则

1. 前引和前引字

很多低辅音在高辅音组中都有与它相对应的高辅音，如 ค-ข ช-ฉ ท-ถ พ-ผ 等等。因此，尽管高、低辅音各自都只有三个声调，但如果把相对应的高、低辅音合起来，同样能拼读出五个声调。例如：

เคา	เข่า	เข้า(เค่า)	เค้า	เขา
ทา	ถ่า	ถ้า(ท่า)	ท้า	ถา
ซี	สี่	ซี่(สี้)	ซี้	สี

另一些低辅音，如 ง น(ณ) ม ย(ญ) ว ร ล(ฬ) 等，在实际语言中同样有五个声调，但它们并没有相对应的高辅音。为了拼写出这些辅音的第二、第五声调，就将一些高辅音或中辅音字母放在这些低辅音之前，表示该低辅音须按高辅音或中辅音的发音规则发音。这种现象叫作前引，这些放在低辅音之前起前引作用的字母就叫前引字。

1）以 ห 作前引　以 ห 作前引字时，ห 本身不发音，被前引的低辅音按高辅音规则发音。

หง-	หงาย	แหงน
หน-	เหนือ	หนู
หม -	ใหม่*	หมวก
หย -	หยุด	หยั่ง

* 有前引字的词若有声调符号或上置、下置的元音符号，要将声调符号或上置、下置的元音符号写在被前引的低辅音之上或之下。

หญ-	หญ้า	ใหญ่
หว -	หวาน	หวี
หร -	หรือ	หรอก
หล -	แหละ	เหลือง

2） 以其他高辅音字母作前引　ห 以外的其他高辅音字母作前引字时，该高辅音本身要发与 -ะ 相拼的音，但发音较短，一般都发第一声调。被前引的低辅音按高辅音规则发音。常作前引字的高辅音字母有 ข ฉ ถ ผ ส 等五个。

ข -	ขนม	ขยาย	ขนบ	ขยะ
ฉ -	ฉงน	ไฉน	ฉลอง	ฉลาด
ถ -	ถนน	ถลุง	ถนัด	แถลง
ผ -	ผนัง	ผวา	แผนก	ผลึก*
ส -	สมัย	สนาม	สนุก	สง่า

3） 以 อ 作前引　以อ作前引有两种情况：

（1）以 อ 前引低辅音ย时，อ本身不发音，被前引的低辅音按中辅音规则发音。这种情况只有四个词：

อย่า	อยู่	อย่าง	อยาก

（2）以อ 前引其他低辅音时，อ 本身要发与 -ะ 相拼的音，但发音较短，一般都发第一声调。被前引的低辅音按中辅音规则发音。

อง -	องุ่น
อน -	อนึ่ง
อร -	อร่อย
อล -	อล่าง

---

* 这类字从字形上看可能有两种读法，即按复辅音读成ผฺลึก，也可按前引读成ผะ-หลึก，必须查阅词典才能知道它们的正确读音。下页里的 ปรัก ปลัด 等也同此，可以读成 ปฺรัก ปฺลัด 也可以读成 ปะ-หรัก ปะ-หลัด。

4) **以其他中辅音字母作前引**　以其他中辅音字母作前引时，该中辅音本身要发与 -ะ 相拼的音，但发音较短，一般都发第一声调。被前引的低辅音按中辅音规则发音。常作前引字的中辅音字母有 ก จ ต ป 等四个。

ก -	กนก	กรอด
จ -	จมูก	จรวด
ต -	ตลอด	ตลก　　ตวาด　　ตลิ่ง
ป -	ปรัก	ปลัด

2.数字

๑	读	หนึ่ง = 1	๒	读	สอง = 2
๓	读	สาม = 3	๔	读	สี่ = 4
๕	读	ห้า = 5	๖	读	หก = 6
๗	读	เจ็ด = 7	๘	读	แปด = 8
๙	读	เก้า = 9	๑๐	读	สิบ = 10

书写

练习

1. 朗读下列有前引字的音节。

(1) เหงา　หงิด　หงิม　เหงื่อ　หงุด　เหง่ง　หงอก

หนี　ไหน　หนัง　หนาม　หนาว　เหน็ด　เหนื่อย　หนัก
เหนียว　หนวด　หน่อย　เหน็บ　หนุ่ม

หมา　หมู　หมอ　ไหม　หมาย　หมด　หมึก　ไหม้　หมื่น
หมอก　หมวด　หม้อ　เหมือน　เหม็น

หยาม　หย่อน　หยก　หยาบ　หยิบ　หยอก　เหย้า　เหยียด
เหย*　เหยียบ

ใหญ่　หญิง　หญ้า　หญิบ

หวัง　ไหว　หวั่น　หว่าน　หวาย　หวาด　ไหว้　โหว่　แหวน
หวูด　เหวี่ยง　หวิด

หรือ　หรี่　หรู　หรีด　หรอ　หรา　หรุบ　โหรง　หรอก

หลัง　หลาน　หลุม　หลอม　หลับ　หลง　หลบ　หล่อ　เหลือ
เหล้า　เหลี่ยม　แหลม　เหล็ก

(2) ขณะ　ขมับ　เขย่า　ขยี้　ขนม　ขนาน
โฉนด　เฉลียง　เฉลิม　แฉลม　เฉลี่ย
ถวาย　ถนอม　ถล่ม　ไถล　เถลิง
ผลึก　ผนวก　ผนึก　ผยอง　ผงก
สนิม　สมุด　สระ　สมอง　สว่าง　สงวน　สลาย　สนาม
เสวย

(3) อริ　อร่าม　องุ่น　อร่อย　อนึ่ง
อย่า　อยู่　อย่าง　อยาก

---

* 这类字也可能有两种读法。如果将 ห 作为辅音，读 ห- เ-ย --เหย。如果将 ห 作为前引字，读 ย- เ- --เหฺย。这里读 เหฺย。

(4) จรด   จรอก   เจว็ด
    ตลบ   ตลาด   ตลับ   ตวัด   ตลิ่ง

2. 朗读下列音节，注意前引与复辅音在发音上的区别。

ตลาด(ตะ-หลาด)   ตราบ(ตฺราบ)

ตลอด(ตะ-หลอด)   ตรอก(ตฺรอก)

ตลก(ตะ-หลก)   ตรับ(ตฺรับ)

ปลัด(ปะ-หลัด)   ปลัก(ปฺลัก)

ปรอด(ปะ-หรอด)   ปรก(ปฺรก)

ปรัก(ปะ-หรัก)   ปรัก(ปฺรัก)

ผลึก(ผะ-หลึก)   ผลัก(ผฺลัก)

3. 朗读下列词和句子。

หนังสือ แผนกภาษาไทย ขยันขันแข็ง ล้างหน้า ไปไหน
อยู่ไหม ห้องสมุด นักศึกษาหญิง อย่างไร ใหญ่ เท่าไหร่
หรือยัง หาหมอ สนามกีฬา สว่าง จมูก

เราเป็นนักศึกษา
ห้องเรามีนักศึกษา ๑๐ คน
นักศึกษาชาย ๖ คน
นักศึกษาหญิง ๔ คน
เราเรียนหนังสือกันอย่างขยันขันแข็ง

เธออยู่ที่ไหน   - อยู่ตึกนี้
เธอทบทวนหนังสือกันที่ไหน   - ที่ห้องสมุด
ชั้นเรียนของเธอมีนักศึกษาเท่าไหร่ - มีนักศึกษา ๑๐ คน

4. 抄写。

（1）抄写数字 ๑ 到 ๑๐ 三遍；

（2）抄写练习 3 中的词、短语和句子一遍。

5. 听写本课所学音节。

二、学说话

句型

名词短语	หนังสือ ๓ เล่ม	三本书
例句 1	ผมมีหนังสือ	我有书。
	ที่นี่มีเก้าอี้	这里有椅子。
例句 2	ผมมีหนังสือ ๓ เล่ม	我有三本书。
	ห้องนี้มีนักศึกษา ๑๐ คน	这个班有十个学生。
	ที่นี่มีเก้าอี้ ๒ ตัว	这里有两把椅子。
问话形式	คุณมีหนังสือกี่เล่มครับ(คะ)	你有几本书?
	ห้องนี้มีนักศึกษากี่คน(เท่าไร)ครับ(คะ)	
		这个班有几个(多少)学生?
	ที่นี่มีเก้าอี้กี่ตัวครับ(คะ)	这里有几把椅子?
答话形式	๓ เล่มครับ(ค่ะ)	三本。
	๑๐ คนครับ(ค่ะ)	十个。
	๒ ตัวครับ(ค่ะ)	两把。

生词

หนึ่ง	= ๑	1	สอง	= ๒ 2
สาม	= ๓	3	สี่	= ๔ 4
ห้า	= ๕	5	หก	= ๖ 6
เจ็ด	= ๗	7	แปด	= ๘ 8
เก้า	= ๙	9	สิบ	= ๑๐ 10
กี่	几		มี	有
จำนวน	数目		เท่าไหร	= เท่าไร 多少

ด้าม	支（钢笔的量词）	แท่ง	支（铅笔的量词）
คณะ	（大学里的）学院	ภาควิชา	系
สาขาวิชา	（系下面的）专业	ชั้น	年级
ห้อง	班（学生班级的量词）	ว่าจะ	打算……，想…
		....ด้วยกัน	一起……

练 习

1. 练习数基数 ๑ 至 ๑๐ 直至熟练。

2. 练习说下列短语。

（1）หนังสือ ๒ เล่ม
สมุด ๒ เล่ม
ปากกา ๑ ด้าม
ดินสอ ๓ แท่ง
โต๊ะ ๒ ตัว
ม้านั่ง ๖ ตัว
เก้าอี้ ๓ ตัว

（2）นักศึกษา ๑๐ คน
นักศึกษาชาย ๓ คน
นักศึกษาหญิง ๗ คน
อาจารย์（老师）๕ คน
ห้องพัก ๓ ห้อง
ห้องเรียน ๑ ห้อง
ห้องทำงาน ๒ ห้อง

3. 练习用泰语叙述下面的内容。

(1) ในห้องพักของเรามีอะไรบ้าง（一些）
(2) ในห้องพักของเรามีอะไรจำนวนเท่าไร

4. 按下面句子中打底线词的要求造句。

(1) ผม(ดิฉัน)มี(อะไร)
(2) ผม(ดิฉัน)มี(อะไร)(เท่าไร)
(3) (อะไร)ของผม(ดิฉัน)อยู่(ที่ไหน)
(4) (อะไร)ของผม(ดิฉัน)อย่างไร(怎样)

5.用下面的句型练习提问并给以回答。

(1) คุณมี(อะไร)ไหมครับ(คะ)

(2) คุณมี(อะไร)เท่าไร(กี่....)ครับ(คะ)

(3) ที่นี่(นั่น โน่น)มี(อะไร)ครับ(คะ)

(4) ที่นี่(นั่น โน่น)มี(อะไร)เท่าไร(กี่....)ครับ(คะ)

常用语句

- ว่าจะ.... 打算……, 正想……
- ไปด้วยกันไหม 一起去吗?

短文及对话

1. คณะเรามี ๔ ภาควิชา 我们学院有四个系。
   ภาควิชาเรามี ๖ สาขา(วิชา) 我们系有六个专业。
   สาขาวิชาเรามีนักศึกษา ๑ ชั้น 我们专业有一个年级(的学生)。
   ชั้นเรามีนักศึกษา ๑ ห้อง 我们年级有一个班(的学生)。
   ห้องเรามีนักศึกษา ๑๐ คน 我们班有十个学生。
   นักศึกษาชาย ๖ คน 六个男生。
   นักศึกษาหญิง ๔ คน 四个女生。
   เราเรียนภาษาไทย 我们学习泰语。
   เราขยันมาก 我们很用功。

2. (คุณเฉินคุยกับคุณจาง)
   จาง: สวัสดีครับคุณเฉิน 您好,陈先生。
   เฉิน: สวัสดีครับคุณจาง เชิญนั่งครับ 您好,张先生。请坐。
   จาง: ขอบคุณครับ ห้องคุณสะอาดมาก คุณอยู่กันกี่คนครับ
     谢谢。你们的屋子很干净。你们住几个人?
   เฉิน: ๖ คนครับ 六个人。

จาง: เขาไปไหนกันล่ะครับ	他们上哪儿去了？
เฉิน: ไปซื้อของกันครับ	买东西去了。
จาง: คุณจะทำอะไรครับ	你（要）做什么？
เฉิน: ว่าจะไปดูหนังครับ เราไปด้วยกันไหมครับ	打算去看电影。咱们一起去好吗？
จาง: ไปครับ	好的。

第十二课

一、字母及拼读规则

1. 尾音及可作尾音的字母

我们已经学了泰语中的六类尾音，即：-ง -น -ม -ก -ด -บ 。但实际上泰语尾音有七类。除了以上六类外，还有一个声门塞音，即音节收尾时声门（辅音อ的发音部位）形成阻碍，堵住气流的通路，但气流并不冲破此阻碍。我们学过的短单元音后面就有这个尾音，只不过泰语文字中没有它的标志。正因为短单元音中存在这个尾音，所以短单元音发第二声调，各组辅音与短单元音拼合发第二或第四声调。这个声调规律与短单元音加 -ก -ด -บ尾音是一样的*。

泰国的语言课本中大部分都将泰语尾音归纳为八类，即：-ง -น -ม -ย -ว -ก -ด -บ。将除了เ-ีย外所有以 -ย 字母结尾的复元音，如 -ัย（不包括ไ- 及ใ-） -าย -ุย โ-ย -อย เ-ย เ-ือย -วย 等都看作是 -ย 尾音，称为 แม่เกย；将除了 -ัว 外所有以 -ว 字母结尾的复元音，如 -าว(不包括เ-า) -ิว เ-ว แ-ว เ-ียว 等都看作是 -ว 尾音，称为แม่เกอว。这种分类法侧重于字形。对于已经掌握了泰国语言但要学习泰国文字的泰国儿童来说，这种分类法也许是合适的。

本教材为了便于中国学生正确掌握泰语发音，侧重从语音学的角度给泰语中的尾音进行分类。

我们将泰语中的尾音归纳为七类，其中有尾音标志的有六类，即 -ง -น -ม -ก -ด -บ，声门塞音没有尾音标志。以 -ง 作尾音的称作 แม่กง，以 -น 作尾音的称作 แม่กน，以此类推还有 แม่กม แม่กก แม่กด แม่กบ。没有尾音或没有尾音标志的音节统称แม่ก.กา 。

---

* 第十一课中提到有些辅音作前引时要发与“-ะ”相拚的音。但这类“-ะ”没有“-ะ”元音字母出现，“-ะ”音的后面没有声门塞音作尾音 ，一般都读第一声调。本课将要学的“特殊读法”一节中的第5）项也有类似情况。

由于泰语受外来语（主要是梵文、巴利文、高棉文等）的影响，也有用其他辅音字母作尾音的现象。它们的发音分别归入以上有尾音标志的六类尾音之中。具体归属情况如下：

แม่กง - 只有 ง 一个字母。如：ห้อง เสียง เตียง

แม่กน - 有 น ณ ญ ร ล ฬ 等六个字母。如：เรียน คุณ เชิญ อาหาร กาล ปลาวาฬ

แม่กม - 有字母 ม 及辅音和元音组合 มิ。如：ผม ชาม ถาม ภูมิ

แม่กก - 有 ก ข ค ฆ 等四个字母。如：พัก เลข ภาค เมฆ

แม่กด - 有 ด ฎ ต ฏ จ ช ซ ฐ ฒ ถ ท ฑ ธ ศ ษ ส ติ ตุ 等十八个字母或辅音和元音组合。如：กวาด กฎ อนาคต นาฏ เกียจ ราช ก๊าซ รัฐ อัฒ บถ บท ครุฑ เวธ สาหัส อากาศ กระดาษ ญาติ เหตุ

แม่กบ - 有 บ ป พ ภ 等四个字母。如： ครับ รูป ศพ โลภ

2.特殊读法

泰文受梵文、巴利文和高棉文的影响较深，泰文中有些梵文、巴利文和高棉文借词在读法上有些特殊。现将较常见的一些特殊读法归纳如下：

1）จร- สร- ศร- ซร- 中的 ร 不发音。如：

จริง	读	จิง	สระ	读	สะ*
สร้าง	读	ส้าง	เศร้า	读	เส้า
ไซร้	读	ไซ้			

2）ทร- 读 ซ。如：

ทราบ	读	ซาบ	แทรก	读	แซก
ทราย	读	ซาย	ทรง	读	ซง

3）รร 有两种读法：

（1）รร 后没有尾音时读 -ัน。如：

สรร	读	สัน	บรรทัด	读	บันทัด
บรรจง	读	บันจง			

---

* 这个字也可按前引字的读法读成 สะ-หระ。这两种读法意义不同，是两个不同的词。

（2）รร 后有尾音时读 -ะ。如：

กรรม	读	กำ	สรรพ	读	สับ
ธรรม	读	ทำ	พรรค	读	พัก

4）ร 单独与前面一个辅音结合时，读 -อน 。如：

กร	读	กอน	พร	读	พอน
จร	读	จอน	ศร	读	สอน

5）有些词的字形像前引，但实际上不具备前引的条件（第二个字母不是 ง น ณ ม ย ญ ว ร ล ฬ 等低辅音或者第一个字母不是高辅音或中辅音），不能按前引字的规则读音，只是前一个辅音要发与-ะ相拼的音，且发音较短，一般发第一或第四声调（发第四调的都是低辅音，但是低辅音不一定都发第四调）。如：

ขบวน (ขะ-บวน)	สหาย (สะ-หาย)
ฉบับ (ฉะ-บับ)	คณะ (คะ-นะ)
สบาย (สะ-บาย)	เฉพาะ (ฉะ-เพาะ)
พยายาม (พะ-ยา-ยาม)	ชนิด (ชะ-นิด)
ทหาร (ทะ-หาน)	ธนาคาร (ทะ-นา-คาน)

在另外一些两个音节以上的词中，前一个音节的尾音还要再发与 -ะ 相拼的音（发音短，一般都发第一声调）。这类词的发音初学者较难掌握，要查阅词典才能确定。如：

วิทยา (วิด-ทะ-ยา)	สัจธรรม (สัด-จะ-ทำ)
กรรมกร (กำ-มะ-กอน)	รัฐบาล (รัด-ถะ-บาน)

6） 音节字母ฤ ฦ ฤๅ 和 ฦๅ

ฤ 读 รึ ริ 或 เรอ。如：

ฤดู (รึ-ดู)	พฤษภา (พรึด-สะ-พา)
ฤทธิ (ริด-ที)	ทฤษฎี (ทริด-สะ-ดี)
ฤษี (รึ-สี)	ฤกษ์ (เริก)

ฦ 读 ลึ 。这个字符用得极少。

ฤๅ　读 รือ。只出现在极少的几个词中。如：
ฤๅทัย (รือ-ไท)　　ฤๅษี (รือ-สี)
ฤๅดี (รือ-ดี)

ฦๅ　读 ลือ。只出现在个别的几个词中。如：
ฦๅชา (ลือ-ชา)

3.常用符号

1）“- ์”不发音符号，泰语叫การันต์(กา-รัน)，加在某个辅音上表示该辅音或尾音后面的辅音不发音。如：

ศัพท์ (สับ)	อาจารย์ (อา-จาน)
วิทยาศาสตร์ (วิด-ทะ-ยา-สาด)	วันจันทร์ (วัน-จัน)

2）“ ๆ ”重复符号，泰语叫 ไม้ยมก(ไม้-ยะ-มก)，加在某个词后表示该词读音要重复。如：

เด็ก ๆ (เด็ก-เด็ก)	บ่อย ๆ (บ่อย-บ่อย)
ค่อย ๆ (ค่อย-ค่อย)	ใกล้ ๆ (ใกล้-ใกล้)

3）“ฯ”简略符号，泰语叫 ไปยาลน้อย，加在某个词后表示该词是简略的写法。如：

พฤหัสฯ	原词是	พฤหัสบดี(พรึ-หัด-สะ-บอ-ดี)
กรุงเทพฯ	原词是	กรุงเทพพระมหานคร (กรุง-เทบ-พระ-มะ-หา-นะ-คอน)

4）“ฯลฯ”省略符号，泰语叫 ไปยาลใหญ่，加在句子后面表示后有省略。如：

เครื่องเขียนได้แก่ปากกา ดินสอ ยางลบ ฯลฯ
ทวีปเอเชียมีประเทศจีน ญี่ปุ่น เกาหลี อินเดีย ไทย ฯลฯ

朗读时，大多数情况下“ฯลฯ”不必读出，或者读为“ละ”。

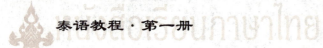

书 写

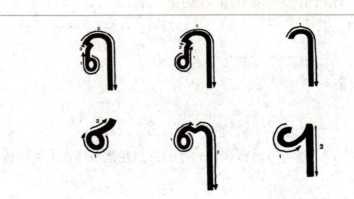

语音和字母总结

1. 元音及元音字母

泰语共有元音音素35个，元音字母37个。

（1）单元音18个，字母18个，它们是：

-ะ -า -ิ -ี -ึ -ื -ุ -ู เ-ะ เ- แ-ะ แ- โ-ะ โ-
เ-าะ -อ เ-อะ เ-อ

（2）双元音 14 个，字母16个，它们是：

เ-ีย เ-ือ -ัว* -ัย ไ- ใ- -าย -ุย โ-ย -อย เ-ย เ-า
-าว -ิว เ-ว แ-ว

（3）三元音3个，字母3个，它们是：

เ-ียว เ-ือย -วย

---

* เ-ีย เ-ือ -ัว 这三个双元音都是长复元音，但在泰语中有一些象声词或外来词也有短音现象。在书写中只要在元音后加"-ะ"字符即可，其发音规则同短单元音（有声门塞音作尾音），如：เปี๊ยะ ผัวะ 等。

* 很多泰语教科书中都将现已不用的字母ฃ（发音同ข）和ฅ（发音同ค）仍算在泰语字母总数中，因此说泰语字母总数是44个。

2. 辅音及辅音字母

泰语共有辅音音素32个，其中单辅音21个，复辅音11个；辅音字母42个*。它们是：

（1）中辅音7个，字母9个：

> ก จ ด ฎ ต ฏ บ ป อ

（2）中复辅音6个：

> กร- กล- กว- ตร- ปร- ปล-

（3）高辅音7个，字母10个：

> ข ฉ ถ ฐ ผ ฝ ส ศ ษ ห

（4）高复辅音4个：

> ขร- ขล- ขว- ผล-

（5）低辅音14个（其中有7个与高辅音相对应），字母23个：

> ค ฆ ง ช ฌ ซ ท ธ ฑ ฒ น ณ พ ภ ฟ ม ย ญ ร ล
> ฬ ว ฮ

（6）低复辅音5个：

> คร- คล- คว- พร- พล-

泰语中的42个辅音字母有固定的排列次序和它们自己的名称（见本课后的附表）。中、高、低三组辅音与元音拼合时，有不同的声调规则（详见第五课附表）。

除上述元音、辅音外，还有5个音节字母或称为元音尾音结合体：

> ฤ ฤๅ ฦ ฦๅ -ำ

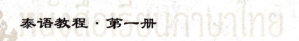

3. 声调

泰语有5个声调，4个声调符号。

5个声调的名称如下：

เสียงสามัญ	第一声调
เสียงเอก	第二声调
เสียงโท	第三声调
เสียงตรี	第四声调
เสียงจัตวา	第五声调

四个声调符号的名称如下：

-่	叫做	ไม้เอก
-้	叫做	ไม้โท
-๊	叫做	ไม้ตรี
-๋	叫做	ไม้จัตวา

练习

1. 朗读课文中列出的音节。

2. 朗读并背诵本课后面的泰语辅音字母名称表。

3. 朗读下列词、短语和短文。

สวัสดี คุณ กระดาษ หนังสือพิมพ์ โรงพยาบาล บทเรียน อังกฤษ วอลเลย์บอล

เราเป็นนักศึกษามหาวิทยาลัยปักกิ่ง เราเรียนหนังสือในแผนกวิชาภาษาไทย ภาควิชาภาษาตะวันออก คณะภาษาต่างประเทศ เราเรียนการออกเสียงภาษาไทยมา ๖ อาทิตย์แล้ว การออกเสียงภาษาไทยยากมาก แต่เราพยายามหัดและช่วยเหลือซึ่งกันและกัน เราจึงออกเสียงได้ดีทุกคน

4. 练习书写常用符号。

5. 听写。

二、学说话

句型

说明钟点的短语	๖ โมง	6点
	๖ โมงตรง	6点正
	๗ โมงครึ่ง	7点半
	๘ โมง ๒๐ (นาที)	8点20（分）
	อีก ๕ นาที ๙ โมง	差5分9点
	๑๘ นาฬิกา ๔๐ นาที	18点40分
例句	เราเรียน ๘ โมง	我们8点上课。
	เราทานข้าว ๑๒ โมง	我们12点吃饭。
问话形式	กี่โมงแล้ว	几点了？
	คุณเรียนกี่โมงครับ(คะ)	你们几点上课？
	คุณทานข้าวกี่โมงครับ(คะ)	你们几点吃饭？
答话形式	๖ โมงแล้วครับ(ค่ะ)	6点了。
	๘ โมงครับ(ค่ะ)	8点。
	๑๒ โมงครับ(ค่ะ)	12点。

生词

สิบเอ็ด = ๑๑	11	สิบสอง = ๑๒	12
ยี่สิบ = ๒๐	20	ยี่สิบเอ็ด = ๒๑	21
ยี่สิบสอง = ๒๒	22	ตรง	正

ครึ่ง	半	โมง	点（钟）
นาที	分（钟）	นาฬิกา	点（钟）；钟表
ตื่นนอน	起身	เออ	哦
ทำความสะอาด	扫除，打扫	ทำแบบฝึกหัด	做作业，做练习
	卫生	แต่	但是

练 习

1. 练习数基数 1 至 12 直至熟练。

2. 用泰语说出下面的时间。

(1) 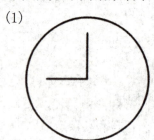   (2)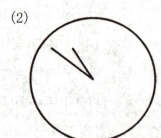

(3) 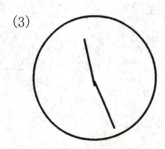   (4)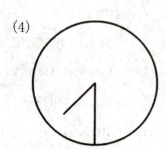

3. 用所给词汇仿照例句造句。

　　例句：　　เราตื่นนอน ๖ โมง

　　　　　　　- คุณตื่นนอนกี่โมงครับ(คะ)
　　　　　　　- ๖ โมงครับ(ค่ะ)

　　ล้างหน้า　　ทำแบบฝึกหัด　　ไปห้องสมุด
　　กวาดห้อง　　ฟังเทป　　　　เลิกเรียน

ทานข้าว　　อ่านหนังสือพิมพ์　　ออกกำลังกาย
ทบทวน　　ซักผ้า　　ดูหนัง
พัก　　ทำความสะอาด　　อาบน้ำ
นอน

常用语句

- ถึงเวลาเรียนแล้ว　　到上课时间了（上课时间到了）。
- เร็ว ๆ เข้าเถอะ　　快点儿吧。
- ....ได้ไหม　　能……吗？（……行吗？）
- ....ไม่ได้　　不能……。

对话

1. - สวัสดีค่ะ　　　　　　　　　　　　你好！
   - สวัสดีครับ　　　　　　　　　　　你好！
   - เราเรียนกี่โมงคะ　　　　　　　　我们几点上课？
   - 10 โมง 10 นาทีครับ　　　　　　10点10分。
   - เออ ถึงเวลาเรียนแล้วค่ะ　　　　哦，到上课时间了。
   - เร็ว ๆ เข้าเถอะครับ　　　　　　　快点儿吧。

2. - ไปไหนมาครับ　　　　　　　　　干什么去了？
   - ไปซื้อของมาครับ　　　　　　　　买东西去了。
   - นาฬิกาคุณกี่โมง(แล้ว)ครับ　　　你的表几点了？
   - 5 โมง 25 (นาที)ครับ คุณจะไปไหนครับ　　5点25（分）。你要上哪儿去？
   - ว่าจะไปเล่นฟุตบอลครับ คุณไปด้วยกันไหมครับ
   　　　　　　　　　　　　　　　　想去踢足球。你也去吗？
   - ขอบคุณครับ แต่ผมไปไม่ได้　　谢谢。不过我去不了。

《附表》

泰语辅音字母名称表

๑. ก ไก่	๑๖. ฐ ฐาน	๓๑. ฟ ฟัน
๒. ข ไข่	๑๗. ฑ มณโฑ	๓๒. ภ สำเภา
(๓. ฃ ขวด)	๑๘. ฒ ผู้เฒ่า	๓๓. ม ม้า
๔. ค ควาย	๑๙. ณ เณร	๓๔. ย ยักษ์
(๕. ฅ คน)	๒๐. ด เด็ก	๓๕. ร เรือ
๖. ฆ ระฆัง	๒๑. ต เต่า	๓๖. ล ลิง
๗. ง งู	๒๒. ถ ถุง	๓๗. ว แหวน
๘. จ จาน	๒๓. ท ทหาร	๓๘. ศ ศาลา
๙. ฉ ฉิ่ง	๒๔. ธ ธง	๓๙. ษ ฤๅษี
๑๐. ช ช้าง	๒๕. น หนู	๔๐. ส เสือ
๑๑. ซ โซ่	๒๖. บ ใบไม้	๔๑. ห หีบ
๑๒. ฌ เฌอ	๒๗. ป ปลา	๔๒. ฬ จุฬา
๑๓. ญ หญิง	๒๘. ผ ผึ้ง	๔๓. อ อ่าง
๑๔. ฎ ชฎา	๒๙. ฝ ฝา	๔๔. ฮ นกฮูก
๑๕. ฏ ปฏัก	๓๐. พ พาน	

บทที่ ๑๓ จัดเวลาให้ดี

รูปประโยคและการใช้คำ

๑. ....ไหม   ……吗？用在句末表示疑问。提问者希望被问者对所问之事作出肯定或否定的回答。但通常不用于问过去的或正在进行的事，也不用于否定句。

ตัวอย่าง

เช้านี้มีเรียนไหม	- มี
	- ไม่มี
เธอไปไหม	- ไป
	- ไม่ไป

แบบฝึกหัด จงทำประโยคต่อไปนี้เป็นประโยคคำถาม แล้วตอบคำถามตามตัวอย่าง (将下列句子改为问句并仿照例句给以回答。)

๑) จางจิ้งอยู่   ๒) อ่านยังงี้ถูก
๓) มีสมุดแบบฝึกหัด   ๔) ภาษาไทยออกเสียงยาก
๕) เสื้อตัวนี้สวย   ๖) ฉางเฉียงรู้
๗) เฉินชางเข้าใจ   ๘) มีปัญหาอะไร
๙) อาจารย์จะมา   ๑๐) วันนี้ทำความสะอาดห้อง

สนทนา (คุยกันระหว่างเพื่อนนักศึกษา)

- บทนี้ยากไหม
- ยาก
- ยากตรงไหน
- ตรงออกเสียง

- เลิกเรียนแล้วเราไปหัดอ่านออกเสียงกันดีไหม
- ดี

๒. ....หรือยัง ……了吗？ ……了没有？ ……还是没……？ 是对某个预定的或估计要做的、要发生的事或要出现的现象，目前是否已经做了、发生了或出现了发问。要求被问者回答"（已经）做（发生、出现）了"还是"还没有做（发生、出现）"。

ตัวอย่าง　　กินข้าวหรือยัง　　- กินแล้ว
　　　　　　　　　　　　　　　 - ยัง (ยังไม่ได้กิน)

แบบฝึกหัด　จงทำประโยคต่อไปนี้เป็นประโยคคำถาม แล้วตอบคำถามตามตัวอย่าง
（将下列句子改为问句并仿照例句给以回答。）

๑) เขามา　　　　　　　๒) เธอรู้
๓) เธอเข้าใจ　　　　　๔) เขาไป
๕) เธอซักผ้า　　　　　๖) เธอไปเยี่ยมหยางลี่
๗) ถึงเวลานอน　　　　๘) ถึงเวลาเรียน
๙) อ่านจบ　　　　　　๑๐) เขาไปหาหมอ
๑๑) ทำเสร็จ　　　　　๑๒) เธออ่านหนังสือพิมพ์วันนี้

สนทนา　(คุยกันระหว่างเพื่อนนักศึกษา)

- กินข้าวหรือยัง
- กินแล้ว
- ถึงเวลาเรียนหรือยัง
- ยัง อีก ๒๐ นาที
- วันนี้เรียน ๒ ชั่วโมงใช่ไหม
- ใช่ แต่ชั่วโมง ๓-๔ อาจารย์ให้ไปฟังเทป รู้หรือยัง
- รู้แล้ว

๓. .....หรือเปล่า   要求被问者对所提之事（一般指在过去时间里的事）是不是做了、发生了或出现了作出回答；也可以是要求被问者对所提之事作出肯定或否定的回答，与....ไหม用法相似。

ตัวอย่าง ๑

เมื่อคืนดูหนังหรือเปล่า   - ดู
                        - (เปล่า) ไม่ได้ดู
เมื่อวานไปเรียนหรือเปล่า   - ไป
                        - (เปล่า) ไม่ได้ไป

แบบฝึกหัด ๑   จงทำประโยคต่อไปนี้เป็นประโยคคำถาม แล้วตอบคำถามตามตัวอย่าง (将下列句子改为问句并仿照例句给以回答。)

๑) เมื่อวานเขามาหาเธอ   ๒) เมื่อเช้าเขาไปเรียน
๓) ไปเยี่ยมอาจารย์   ๔) เมื่อเช้าหัดอ่านออกเสียง
๕) เธอเจอะเขา   ๖) เธอยืมพจนานุกรมเขา
๗) เมื่อเช้าฟังเทป   ๘) เมื่อวานจางจิ้งไปหาหมอ

ตัวอย่าง ๒

เรื่องนี้จริงหรือเปล่า   - จริง
                           - (เปล่า) ไม่จริง
มีปัญหาอะไรหรือเปล่า   - มี
                           - (เปล่า) ไม่มี

แบบฝึกหัด ๒   จงทำประโยคข้างล่างนี้เป็นประโยคคำถาม แล้วตอบคำถามตามตัวอย่าง (将下列句子改为问句，并仿照例句给以回答。)

๑) เขาอยู่   ๒) ฉันทำถูก
๓) จะไป   ๔) อาจารย์จะมา
๕) เธอมี   ๖) เธอเข้าใจ
๗) เธอมีปัญหาอะไร   ๘) วันนี้จะทำความสะอาด

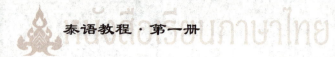

สนทนา (คุยกันระหว่างเพื่อนนักศึกษา)

- เมื่อคืนไปดูหนังหรือเปล่า
- ไม่ได้ไป
- ทำไมไม่ไปดูล่ะ
- เขียนจดหมาย เธอไปดูหรือเปล่า
- ไป หนังไม่เลว

๔. ก็....เหมือนกัน....　　（同样）也……。

ตัวอย่าง

| เรื่องนี้ฉันรู้แล้ว | - ฉันก็รู้แล้วเหมือนกัน |
| เรื่องนี้ฉันไม่รู้ | - ฉันก็ไม่รู้เหมือนกัน |

แบบฝึกหัด　จงแต่งประโยค"....ก็....เหมือนกัน"มาโต้ตอบประโยคที่ให้ไว้ข้างล่างตามตัวอย่าง（用含有 "....ก็....เหมือนกัน" 的句子来接述下列句子。）

๑) เขาอ่านแล้ว　　๒) จางจิ้งกำลังอ่านหนังสือพิมพ์
๓) เฉินชางขยันมาก　　๔) เขาหัดอ่านออกเสียงตอนเช้า
๕) เขาไม่ไปดูหนัง　　๖) บทนี้ฉันเตรียมมาบ้างแล้ว
๗) หลี่เวย์ไม่มีตารางสอน　　๘) บ่ายนี้เขาจะทำความสะอาด
๙) ฉันดีใจมาก　　๑๐) ฉันพอเข้าใจแล้ว

สนทนา (คุยกันระหว่างหยางลี่กับเฉินชาง)

เฉินชาง	ลี่จะไปไหน
หยางลี่	ไปฟังเทป ชางล่ะ
เฉินชาง	จะไปฟังเทปเหมือนกัน
หยางลี่	งั้นไปด้วยกันนะ
เฉินชาง	ดี
หยางลี่	การบ้านทำเสร็จหรือยัง

เฉินชาง	ยัง ลี่ล่ะ
หยางลี่	ก็ยังไม่เสร็จเหมือนกัน

๕. รู้สึก...., รู้สึกว่า.... 觉得……。如果后面跟一个主谓结构，一般要在 รู้สึก 之后加“ว่า....”来连接，但口语中也有省略的现象；如果后面只跟一个形容词或形容词短语，则往往将“ว่า”省略。

ตัวอย่าง

รู้สึกร้อน
รู้สึกว่า วันนี้ร้อนมาก

แบบฝึกหัด จงหัดพูดและสังเกตข้อแตกต่างระหว่างประโยค ๒ ชนิดต่อไปนี้（练习说下面的句子并注意两类句子的区别。）

รู้สึกยาก	- รู้สึกว่าบทนี้ยาก
รู้สึกง่าย	- รู้สึกว่าบทนี้ง่าย
รู้สึกดี	- รู้สึกว่าทำอย่างนี้ดี
รู้สึกไม่ดี	- รู้สึกว่าทำอย่างนั้นไม่ดี
รู้สึกสบาย	- รู้สึกว่าเก้าอี้ตัวนี้นั่งสบาย
รู้สึกเหนื่อย	- รู้สึกว่า ๒ วันนี้เหนื่อยมาก
รู้สึกร้อน	- รู้สึกว่าวันนี้อากาศร้อน
รู้สึกหนาว	- รู้สึกว่าวันนี้หนาวมาก

สนทนา (คุยกันระหว่างหวางหงกับเล็ก-หลี่เวย์)

หวางหง	บทนี้เล็กเตรียมมาบ้างหรือเปล่า
หลี่เวย์	เตรียมมาบ้างแล้ว รู้สึกว่าออกเสียงยากมาก
หวางหง	หงก็รู้สึกยากเหมือนกัน
หลี่เวย์	หงรู้สึกว่าศัพท์จำยากไหม
หวางหง	ศัพท์น่ะ จำง่าย
หลี่เวย	แต่เล็กรู้สึกจำยาก

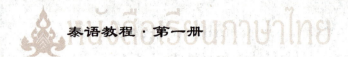

๖. .....เป็น..... 联系前后两个名词，表示两者是同一的或后者是对前者种类、属性、职务等所作的说明或判断。

ตัวอย่าง
ฉันเป็นนักศึกษามหาวิทยาลัยปักกิ่ง
หนังสือเล่มนี้เป็นหนังสือภาษาไทย

แบบฝึกหัด จงอ่านและสังเกตข้อแตกต่างระหว่างประโยคข้างล่างนี้ （朗读下列句子并注意它们之间的区别。）

๑) นี่คุณหลิว　　　　　　- คุณหลิวเป็นนักศึกษา
๒) นี่คุณหวาง　　　　　　- คุณหวางเป็นอาจารย์
๓) นี่คุณจาง　　　　　　- คุณจางเป็นหัวหน้าชั้นของเรา
๔) วันนี้วันจันทร์　　　　- วันจันทร์เป็นวันที่ ๒ ของสัปดาห์
๕) พรุ่งนี้วันอาทิตย์　　　- วันอาทิตย์เป็นวันหยุดพัก
๖) นี่ปากกาและดินสอ　　- ปากกาและดินสอเป็นเครื่องเขียน
๗) นี่ไม้กวาดและไม้ถูพื้น　- ไม้กวาดและไม้ถูพื้นเป็นเครื่องใช้ทำความสะอาด
๘) นี่ตึกภาษาต่างประเทศ　- ตึกภาษาต่างประเทศเป็นตึกทำงานของคณะภาษาต่างประเทศ
๙) นี่พจนานุกรม　　　　- พจนานุกรมเป็นเครื่องมือเรียนภาษาต่างประเทศ
๑๐) นี่อาจารย์หลี่　　　　- อาจารย์หลี่เป็นอาจารย์ประจำชั้นของเรา

สนทนา (คุยกันระหว่างแขกกับนักศึกษา)

แขก　　　ขอโทษ คุณชื่ออะไรครับ
นักศึกษา　ดิฉันชื่อจางจิ้งค่ะ
แขก　　　คุณเป็นนักศึกษาสาขาวิชาภาษาไทยใช่ไหมครับ

นักศึกษา	ใช่ค่ะ
แขก	สาขาวิชาภาษาไทยมีนักศึกษาเท่าไรครับ
นักศึกษา	๑๐ คนค่ะ
แขก	ใครเป็นหัวหน้าชั้นคุณครับ
นักศึกษา	เฉินชางค่ะ

บทสนทนา

(คุยกันระหว่างเพื่อนนักศึกษา คนหนึ่งชื่อจางจิ้ง ชื่อเล่นจิ้ง อีกคนหนึ่งชื่อฉางเฉียง ชื่อเล่นเขี่ยง)

ฉางเฉียง	ถึงเวลาเรียนหรือยัง
จางจิ้ง	จวนจะถึงแล้ว
ฉางเฉียง	วันนี้จะขึ้นบทใหม่ใช่ไหม
จางจิ้ง	ใช่ เขี่ยงเตรียมมาบ้างหรือเปล่า
ฉางเฉียง	เตรียมมาบ้างแล้ว รู้สึกว่าออกเสียงยากมาก
จางจิ้ง	จิ้งก็รู้สึกยากเหมือนกัน
ฉางเฉียง	บ่ายวันนี้มีเรียนไหม
จางจิ้ง	มีวิชาประวัติศาสตร์
ฉางเฉียง	จิ้งมีตารางสอนหรือเปล่า
จางจิ้ง	มี นี่ไง
ฉางเฉียง	(อ่านตารางสอน) ชั่วโมง ๓-๔ และ ๗-๘ วันนี้ว่าง จิ้งจะทำอะไรบ้าง
จางจิ้ง	ทบทวนบทเรียนและฟังเทป เขี่ยงล่ะ
ฉางเฉียง	ก็ตั้งใจจะไปฟังเทปเหมือนกัน
จางจิ้ง	เขี่ยงหัดอ่านออกเสียงตอนไหน
ฉางเฉียง	ตอนเช้า ๆ ก่อนกินข้าว
จางจิ้ง	การบ้านล่ะ ทำตอนไหน
ฉางเฉียง	ตามปรกติ เขี่ยงทำตอนค่ำ

จางจิ้ง   เขี่ยงจัดเวลาดีมาก
ฉางเฉียง   เวลาเป็นเงินเป็นทอง เราต้องจัดเวลาให้ดี

ข้อสังเกต

๑. 学生之间或者熟识的朋友之间说话，句尾一般不加表示尊敬的语尾词。
๒. 泰语中的人称代词非常丰富，人们根据社会地位的高低、家庭中辈分的不同、朋友间关系的亲疏等使用不同的人称代词。语音阶段我们学的 ผม ดิฉัน คุณ 等都是比较客气的用法，同学间较少用。同学间用得比较多的是 ฉัน、เธอ（这两个词男女都可用），也常用小名来代替人称代词。此外，同学间也有用 เรา 来充当第一人称单数或第二人称单数的。学生和老师间，老师常用 อาจารย์ 或 ครู 自称，老师对学生用 เธอ พวกเธอ 或呼学生的名字、小名；学生用 อาจารย์ 称呼老师，用 ผม(พวกผม) ดิฉัน(พวกฉัน) 或小名自称，女学生还可用 หนู 来称呼自己。同学们要注意每段对话或每个会话体课文前关于对话双方关系的说明。

แบบฝึกหัด

๑. แบบฝึกหัดออกเสียง
  ๑) จงอ่านคำต่อไปนี้ให้ถูกต้อง (ควรสนใจเป็นพิเศษกับเสียงวรรณยุกต์)
   (๑) เวลา เรียน ยัง จวน คุณ เตรียม มา มี กัน ทำ ตาราง อะไร (ทบ)ทวน ฟัง ใจ ดี ตอน กิน ตาม เวลาเป็นเงินเป็นทอง เรา ตรง ตอนเย็น โมง
   (๒) บทใหม่ เปล่า ออก(เสียง) (รู้)สึก บ่าย อ่าน จัด สี่ ประวัติศาสตร์ หัด ก่อน เจ็ด แปด สะอาด แบบฝึกหัด สมุด ปรกติ
   (๓) เข้า ค่ะ ใช่ บ้าง ว่า ยาก มาก ก็ ตั้ง(ใจ) นี่ ชื่อ (ขอ)โทษ ชั่ว(โมง) ว่าง ล่ะ ข้าว บ้าน ค่ำ ต้อง ให้
   (๔) แล้ว (วัน)นี้ ครับ คะ รู้ และ ทบ(ทวน) (บัน)ทึก เช้า พื้น
   (๕) ถึง ไหม เสียง เหมือน ขอ(โทษ) สาม ไหน หรือ หนังสือ (จด)หมาย (ภา)ษา (ดู)หนัง หาหมอ

บทที่ ๑๓ จัดเวลาให้ดี

๒. จงตอบคำถามต่อไปนี้
๑) แบบฝึกหัดของบทที่ ๑๓ นี่ เธอเตรียมมาบ้างหรือเปล่า
๒) เธอรู้สึกว่า แบบฝึกหัดทำยากไหม
๓) พรุ่งนี้เช้ามีเรียนไหม
๔) พรุ่งนี้เช้ามีวิชาอะไรบ้าง
๕) ตามปรกติ เธอทบทวนตอนไหน
๖) เธอหัดอ่านออกเสียงตอนไหน
๗) เธอทำการบ้านตอนไหน
๘) เธอฟังเทปตอนไหน
๙) ตามปรกติ ตอนเย็นเธอทำอะไร
๑๐) ตามปรกติ ตอนค่ำเธอทำอะไร
๑๑) เมื่อเช้าเธอหัดอ่านออกเสียงหรือเปล่า
๑๒) เมื่อคืนเธอไปดูหนังหรือเปล่า
๑๓) เมื่อวานเธอไปหาหมอหรือเปล่า
๑๔) บ่ายนี้เธอจะไปฟังเทปไหม
๑๕) เย็นนี้เธอจะไปออกกำลังกายไหม
๑๖) ตามปรกติเธอออกกำลังกายตอนไหน
๑๗) คืนนี้เธอจะไปดูหนังไหม
๑๘) พรุ่งนี้มีเรียนไหม
๑๙) ห้องเธอใครจัดเวลาดี
๒๐) เขาจัดเวลาอย่างไร

๓. จงจำชื่อวันต่อไปนี้ให้ได้

วันอาทิตย์	星期日	วันจันทร์	星期一
วันอังคาร	星期二	วันพุธ	星期三
วันพฤหัสฯ	星期四	วันศุกร์	星期五
วันเสาร์	星期六		

๔. จงอ่านข้อความต่อไปนี้
วันนี้วันจันทร์ ตอนเช้าเรามีเรียน ๒ ชั่วโมง เป็นชั่วโมงภาษาไทย วันนี้จะ

ขึ้นบทใหม่ เราเตรียมมาบ้างแล้ว รู้สึกว่าบทนี้ไม่ยาก บ่ายนี้ก็มีเรียน ๒ ชั่วโมงเหมือนกัน แต่เป็นชั่วโมงวิชาประวัติศาสตร์ ชั่วโมง ๓-๔ และ ๗-๘ วันนี้ว่าง เราจะไปฟังเทปและทบทวนบทเรียน ตอนค่ำก็ว่างเหมือนกัน เราจะทำการบ้านกัน เรามีตารางสอนทุกคน เราจัดเวลาดีทุกคน

๕. จงคัดข้อความในแบบฝึกหัดข้อ ๔

ศัพท์และวลี

ที่	第……（与数字构成序数词）	จัด	安排
		ให้	使，让
ประโยค(ประ-โหยก)	句子	รูปประโยค	句型
		ใช้	用
คำ	词；字	การใช้คำ	词的用法
ตัวอย่าง	例子	เช้า	早晨
เช้านี้	今天早晨；今天上午	แบบฝึกหัด	练习
		ยังงี้	=อย่างนี้ 这样
ออกเสียง	发音		
ตัว	件（量词）	รู้	知道
ปัญหา	问题	สนทนา(สน-ทะ-นา)	会话
ระหว่าง	之间		
เพื่อน	朋友	เพื่อนนักศึกษา	（大学）同学
ตรง....	……地方	หัด	练
กิน	吃	ไม่ได้....	没有……
เยี่ยม	探望，拜访	จบ	完，终了
เสร็จ	完，结束	อีก	再，又，另
วัน	日子，天	วันนี้	今天
ชั่วโมง	小时，节（课时）	หรือเปล่า	……了吗，……了没有

เมื่อคืน	昨晚
เมื่อวาน	昨天
จริง	真；真的
ยืม	借
เจอ(或：เจอะ)	遇见
ทำไม	干吗
เลว	坏
ก็ (อ่านว่า:ก้อ)	也
ฉัน	我
....มา	（用在动词后表示完成或经历）
สอน	教
บ่าย	下午
วิชา	课程
ดีใจ	高兴
นะ	啊（语气助词）
รู้สึก	感觉，觉得
ว่า	（连词）
อากาศ	天气；空气
จำ	记
เป็น	是
มหาวิทยาลัย (มะ-หา-วิด-ทะ-ยา-ลัย)	大学
หัวหน้า	首领，……长
สัปดาห์	周，星期
หยุดพัก	休息

เปล่า	不，没有
เรื่อง	事
ถาม	问
พจนานุกรม(พด-จะ-นา-นุ-กรม)	词典
จดหมาย	信
ไม่เลว	不坏；不错
เหมือนกัน	一样
เตรียม	准备
บ้าง	一些
ตอน	段
ตาราง	表格
ตารางสอน	课程表
บ่ายนี้	今天下午
พอ....	凑合着还……
งั้น	那么，那
การบ้าน	作业
ร้อน	热
เหนื่อย	累
หนาว	冷
น่ะ	啊（语气助词）
ปักกิ่ง(เป่ยจิง)	北京
มหาวิทยาลัยปักกิ่ง	北京大学
หัวหน้าชั้น	班长
พรุ่งนี้	明天
และ	和

เครื่องเขียน	文具
ไม้ถูพื้น	拖把，墩布
ตึก	（砖、水泥结构的）房子、楼房
ตึกทำงาน	办公楼
อาจารย์ประจำชั้น	班主任
บทสนทนา	会话课
จวน	即将，快（要）
ใหม่	新
นี่ไง	这不，这不是吗
ตั้งใจ	打算
ตามปรกติ(-ปรก-กะ-ติ)	平常，通常
เงิน	银
ทอง	金
เวลาเป็นเงินเป็นทอง	时间就是金钱，时间就是财富
อย่างไร	怎样
ข้อสังเกต	注释
หนู	我（女孩自称）；你（大人称呼女孩）
ไม้กวาด	扫帚
เครื่องใช้	用具
ประเทศ	国家
ต่างประเทศ	外国
ภาษาต่างประเทศ	外语，外文
เครื่องมือ	工具
แขก	客人
ชื่อเล่น	小名
ขึ้น	上
ประวัติศาสตร์(ประ-หวัด-ติ-สาด)	历史
ว่าง	空闲
ก่อน	前
ค่ำ	（天色）黑了
ตอนค่ำ	晚上（指进入夜晚不久的时候）
เย็น	傍晚
ตอนเย็น	傍晚，黄昏
เย็นนี้	今天傍晚
คืนนี้	今天晚上
ทุก	每
ครู	老师
พวก....	……们
ศัพท์	生词
วลี	短语

บทที่ ๑๔ ถามปัญหา

รูปประโยคและการใช้คำ

๑. ขอ....หน่อย   这个句型常用在客气地向对方提出某个要求时。

ตัวอย่าง
>ขอถามอะไรหน่อยได้ไหม
>ขอดูหน่อยนะ

แบบฝึกหัด จงใช้คำที่ให้ไว้แต่งประโยคตามตัวอย่าง (用所给词汇仿照例句造句。)

> ๑) ....ใช้....   ๒) ....ยืม....
> ๓) ....นั่ง....   ๔) ....คิด....
> ๕) ....พัก....   ๖) ....พูด....
> ๗) ...อ่าน....   ๘) ....ฟัง....

สนทนา   (คุยกันระหว่างนักศึกษา)

> - ไปไหนมา
> - ไปซื้อหนังสือมา
> - หนังสืออะไร
> - หนังสือภาษาอังกฤษ
> - ขอดูหน่อยได้ไหม
> - ดูสิ

๒. ....ยังไง 用在谓语后，相当于汉语中的“怎样……”“怎么……”。“ยังไง”是“อย่างไร”的口语形式。

ตัวอย่าง

ทำยังไง
คำนี้ภาษาไทยพูดว่ายังไง

แบบฝึกหัด จงทำประโยคต่อไปนี้ให้เป็นประโยคคำถาม “....ยังไง”ตามตัวอย่าง（仿照例句将下列句子改为带有“....ยังไง”的问句。）

๑) คำนี้สะกดยังงี้	๒) เธอเรียน
๓) ประโยคนี้แปลยังงี้	๔) เราไป
๕) บิลเลียดเล่นยังงี้	๖) คำนี้ต้องออกเสียงยังงี้
๗) ยืมหนังสือ	๘) คำนี้กับคำนั้นใช้ต่างกัน

สนทนา (คุยกันระหว่างนักศึกษากับอาจารย์)

- อาจารย์คะ “词典” ภาษาไทยเรียกว่าอย่างไรคะ
- เรียกว่า“พจนานุกรม”
- สะกดยังไงคะ
- พ.พาน จ.จาน น.หนู สระ -า น.หนู สระ-ุ ก.ไก่ ร.เรือ ม.ม้า
- “借用一下词典” ภาษาไทยพูดว่ายังไงคะ
- ภาษาไทยพูดว่า“ขอยืมพจนานุกรมหน่อยนะคะ”
- ขอบคุณอาจารย์คะ

๓. พอ....ได้ไหม （还）可以……吗？（还）能……吗？凑合着还（能、可以）……吗？常用在对可行性提出疑问。“พอ....ได้”若与“....ได้”相比，“พอ....ได้”带有“勉强行”、“凑合行”的意味，表示说话人对某种情况比较认可或比较满意，但还不是很认可、很满意。

บทที่ ๑๔   ถามปัญหา

ตัวอย่าง

พอทำได้ไหม	- ทำได้
	- พอทำได้
ทำได้ไหม	- ทำได้
	- พอทำได้

แบบฝึกหัด จงเปลี่ยนคำถามต่อไปนี้ให้เป็นคำถามแบบ "พอ....ได้ไหม" ตามตัวอย่าง และตอบคำถามเหล่านี้ด้วย（将下列问题改为"พอ....ได้ไหม"式的问句并给以回答。）

๑) จำได้ไหม   ๒) เข้าใจได้ไหม
๓) พูดได้ไหม   ๔) แปลได้ไหม
๕) เขียนได้ไหม   ๖) ร้องได้ไหม
๗) กินได้ไหม   ๘) อยู่ได้ไหม

สนทนา (คุยกันระหว่างแขกกับนักศึกษา)

- ห้องคุณอยู่กันกี่คนคะ
- ๖ คนค่ะ
- ห้องใหญ่ไหมคะ
- ไม่ใหญ่ แต่พออยู่ได้ค่ะ
- เวลาสอน อาจารย์พูดไทยหรือพูดจีนคะ
- พูดไทยบ้าง จีนบ้างค่ะ
- เวลาอาจารย์พูดไทย เธอพอฟังรู้เรื่องไหมคะ
- พอรู้เรื่องค่ะ

๔. ....นะ   นะ 是泰语中用得很多的一个语气助词，意义很广泛。这里先学两种用法：

（1）用在疑问句之后，表示还没听清对方的话或对对方的话感到疑惑，而想让对方再重复一遍。

ตัวอย่าง　ฉันจะไปซื้อผลไม้　　　- ซื้ออะไรนะ
　　　　　อาจารย์บอกว่าเขาสอบตก　- บอกว่ายังไงนะ

แบบฝึกหัด　จงอ่านประโยคต่อไปนี้ แล้วใช้คำในวงเล็บตั้งคำถามตามตัวอย่าง
(阅读下列句子，然后用括弧里的词汇仿照例句组成问句。)

๑) ร้านขายหนังสือซินหัวกำลังขายพจนานุกรมไทย-จีน (ขายอะไร, ขายที่ไหน)

๒) เขาชื่อประสงค์ เรียนคณะภาษาจีน (ชื่ออะไร, เรียนคณะไหน)

๓) คุณประสงค์อยู่ห้อง 323 ตึกสาวหยวน (ห้องเบอร์อะไร, ตึกอะไร)

๔) คุณประสงค์ให้เราไปพบกันที่หน้าประตูตึกภาษาต่างประเทศ (ใครให้เราไปพบกัน, ให้ใครไปพบกัน, พบกันที่ไหน)

๕) อาจารย์ให้ส่งการบ้านคัดลายมือวันเสาร์นี้ (ส่งการบ้านอะไร, ส่งวันไหน)

๖) คุณอารีบอกว่าเธอฉลาดมาก (ใครบอก, บอกว่ายังไง)

๗) นาฬิกาฉันหาย (อะไรหาย, นาฬิกาของใครหาย)

๘) อาจารย์บอกว่าเธอได้ร้อยคะแนน (ใครบอก, ได้เท่าไหร่)

สนทนา　(คุยกันระหว่างนักศึกษากับอาจารย์)

- dictionary ภาษาไทยเรียกว่ายังไงคะ
- เรียกว่า พจนานุกรม
- อะไรนะคะ กรุณาพูดช้าๆ หน่อยค่ะ
- พด-จะ-นา-นุ-กรม
- ขอบคุณค่ะ อาจารย์

（2） 用在叙述句后，表示强调自己所说的话，以提醒对方注意。

ตัวอย่าง

ขอยืมพจนานุกรมหน่อยนะ
หนังสือเล่มนี้ผมซื้อแล้วนะ

แบบฝึกหัด จงทำประโยคต่อไปนี้ให้เป็นประโยคเน้นความเพื่อเตือนให้ผู้ฟังสนใจ（使下列句子带有提醒对方注意的语气。）

๑) ขอถามอะไรหน่อย	๒) ขอใช้ปากกาคุณหน่อย
๓) ฉันกินก่อนละ	๔) ลาละ
๕) เขามาแล้ว	๖) หนังสืออยู่ในลิ้นชัก
๗) ฉันจะไปหลายวัน	๘) ฉันไปไม่ได้

สนทนา (คุยกันระหว่างนักศึกษา)

- ขอยืมพจนานุกรมหน่อยนะ
- เอาไปใช้เลย
- (ใช้เสร็จแล้ว) ไว้ตรงนี้นะ
- อือ

๕. (มี)....(อะไร)อีกไหม, (จะ)....(อะไร)อีกไหม 还（有）（什么）……吗？还（要）……（什么）吗？用于询问在已提到的事物外还有什么补充。前面的动词可以是 มี，也可以是别的动词。

ตัวอย่าง

๑) มีหนังสืออะไรอีกไหม
๒) มีปัญหาอะไรอีกไหม
๓) มีวิชาอะไรอีกไหม
๔) มีเวลาอีกไหม
๕) มีใครอีกไหม
๖) มีศัพท์ใหม่อีกไหม

๗) จะยืมอะไรอีกไหม
๘) จะถามอะไรอีกไหม
๙) จะพูดอะไรอีกไหม
๑๐) จะกินอะไรอีกไหม
๑๑) จะซื้ออะไรอีกไหม
๑๒) จะทำอะไรอีกไหม

สนทนา ๑ (คุยกันระหว่างนักศึกษาไทยกับนักศึกษาจีน)

- ผมพูดอย่างนี้คุณพอเข้าใจไหม
- เข้าใจ ขอบคุณ
- มีปัญหาอะไรอีกไหม
- ยังไม่มี

สนทนา ๒ (คุยกันระหว่างนักศึกษากับผู้ขายของ)

- ขอซื้อพจนานุกรมไทย-จีน ๒ เล่ม
- นี่ค่ะ จะซื้ออะไรอีกไหมคะ
- มีพจนานุกรมจีน-ไทยไหม
- ยังไม่มีค่ะ

บทสนทนา

(คุยกันระหว่างจางจิ้งกับประสงค์-นักศึกษาไทยที่เพิ่งได้รู้จักกันไม่นาน)

จางจิ้ง	คุณประสงค์คะ ขอถามอะไรหน่อยได้ไหมคะ
ประสงค์	เชิญซีครับ
จางจิ้ง	dictionary ภาษาไทยเรียกว่ายังไงคะ
ประสงค์	เรียกว่า "พจนานุกรม" ครับ
จางจิ้ง	อะไรนะคะ กรุณาพูดช้าๆ หน่อยค่ะ

ประสงค์ "พจนานุกรม"ครับ
จางจิ้ง สะกดยังไงคะ
ประสงค์ พ.พาน จ.จาน น.หนู สระ-า น.หนู สระ-ุ ก.ไก่ ร.เรือ ม.ม้า
จางจิ้ง อ่านว่า"พด-จะ-นา-นุ-กรม"ถูกไหมคะ
ประสงค์ ถูกครับ
จางจิ้ง คำว่า"วลี"หมายความว่ายังไงคะ
ประสงค์ หมายความว่าคำหลายคำเรียงกัน แต่ยังไม่เป็นประโยคครับ
จางจิ้ง อ้อ แปลว่า phrase ใช่ไหมคะ
ประสงค์ ใช่ครับ
จางจิ้ง คำว่า"จบ"กับ"เสร็จ"ใช้เหมือนหรือต่างกันยังไงคะ
ประสงค์ สองคำนี้ใช้ต่างกันครับ คำว่า "จบ" หมายความว่า "ถึงที่สุด" ส่วนมากใช้กับเรื่องราวต่าง ๆ เช่น "ผมพูดจบแล้ว" "หนังสือเล่มนี้ผมอ่านจบแล้ว" "เรื่องยังไม่จบ" ส่วนคำว่า"เสร็จ" หมายความว่า "แล้วเสร็จ" มักใช้กับการกระทำ เช่น "การบ้านทำเสร็จแล้ว" "งานชิ้นนี้ยังทำไม่เสร็จ" ผมพูดอย่างนี้ คุณพอเข้าใจไหมครับ
จางจิ้ง เข้าใจค่ะ ขอบคุณ
ประสงค์ ไม่เป็นไรครับ มีปัญหาอะไรอีกไหมครับ
จางจิ้ง มีอีกปัญหาหนึ่งค่ะ ถ้าฉันจะยืมพจนานุกรมจากใครคนหนึ่ง ควรจะพูดกับเขาว่ายังไงคะ
ประสงค์ ง่าย ๆ ก็พูดว่า "ขอยืมพจนานุกรมหน่อยนะคะ"
จางจิ้ง "ขอยืมพจนานุกรมหน่อยนะคะ" ถูกไหมคะ
ประสงค์ ถูกต้องครับ
จางจิ้ง ขอบคุณมากค่ะ
ประสงค์ ไม่เป็นไรครับ

แบบฝึกหัด

๑. แบบฝึกหัดออกเสียง

๑) จงออกเสียงเสียงสามัญให้ถูกต้อง

พ.พาน จ.จาน ร.เรือ เชิญ กรุณา คำ เรียงกัน ความ เป็น แปล ยังไง การกระทำ ทำการ(บ้าน) ทำงาน พอ ยืม ใคร ควร

๒) จงออกเสียงสระโ-ะ สระโ- และสระเ-าะ สระ -อ ให้ถูกต้อง

พจนานุกรม ประสงค์ สะกด ประโยค จบ ผม คน หกโมง ขอ หน่อย สอง พอ ขอบคุณ ถูกต้อง ตารางสอน ตอน

๒. จงหัดใช้คำที่เกี่ยวกับคำถามต่อไปนี้แต่งประโยค แล้วตอบคำถามด้วย

เรียก(ว่า)ยังไง อ่าน(ว่า)ยังไง

คำว่า"...."สะกดยังไง "....."ภาษาไทยพูดว่ายังไง

คำว่า"...."แปลว่ายังไง คำว่า"...."หมายความว่ายังไง

๓. จงท่องสนทนาในรูปประโยคและการใช้คำต่าง ๆ และบทสนทนาให้คล่อง

๔. จงอ่านข้อความต่อไปนี้

วันนี้เราเริ่มเรียนบทเรียนใหม่ อาจารย์สอนคำศัพท์และรูปประโยคเรา เราออกเสียงได้และพอเข้าใจความหมายของบทเรียนได้ เราดีใจมาก แต่เรายังมีปัญหาอีกหลายข้อ เราจึงถามปัญหาอาจารย์ เฉินชางถามว่า คำว่า "หน่อย" หมาย-ความว่าอย่างไร หวางหงถามว่า รูปประโยค "....นะคะ(ครับ) " ใช้อย่างไร ผม(ฉัน)ถามว่าคำว่า "จบ" กับ "เสร็จ" ใช้เหมือนหรือต่างกันยังไง อาจารย์ตอบปัญหาเรา เราทุกคนพอใจมาก

ศัพท์และวลี

ขอ	请求;讨要	หน่อย	一下
คิด	想	ยังไง	=อย่างไร 怎样
สะกด	拼写	สระ(สะ-หระ)	元音

118

แปล	翻译
ต้อง	要，必须
ต่างกัน	不同
ร้อง	唱
หรือ	或者，还是
รู้เรื่อง	明白，懂
ผลไม้(ผน-ละ-ไม้)	水果
สอบ	考试
ร้านขายหนังสือ	书店
ประสงค์	（男人名）
พบ	遇见，会面
หน้าประตู	门前，门口
คัด	抄写
อารี	（女人名）
หาย	丢失
ร้อย	百
เท่าไหร่	=เท่าไร 多少
....ก่อน	先
เอา	拿
อือ	嗯
ที่	（起区分作用的结构助词）
นาน	久
เรียง	排列
ที่สุด	最后
เรื่องราว	事情
เช่น	例如

บิลเลียด	台球
กับ	跟，同，与
เรียก(ว่า)	叫（做），称（为）
.... บ้าง ....บ้าง	有时……有时……；有的……有的……
บอก	告诉
สอบตก	（考试）不及格
เบอร์	号码
หน้า	前面
ส่ง	送，交
ลายมือ	手迹，字迹
ฉลาด	聪明
ได้	得到
คะแนน	分
กรุณา(กะ-รุ-นา)	请
ช้า	慢
หลาย....	好几……
ไว้	放置
ผู้ขายของ	售货员
เพิ่ง	刚，才
รู้จัก	认识
หมายความว่า	意思是
อ้อ	噢
ส่วนมาก	大部分
ต่าง ๆ	各种，种种
ส่วน	至于

แล้วเสร็จ	结束	มัก	往往，经常，总是
การกระทำ	行为		
งาน	工作	ชิ้น	件（量词）
ถ้า	如果	จาก	从，由
ควร	应该	ง่าย ๆ	简单
ก็	就	ถูกต้อง	正确
เริ่ม	开始	ข้อ	条，个（量词）
จึง	才		
ความหมาย	意义	คำว่า	这个词
พอใจ	满意		

บทที่ ๑๕ ออกกำลังกาย

รูปประโยคและการใช้คำ

๑. ....ทุก....　(ทุกวัน, ทุกคนและอื่น ๆ)　　每……（都）……。

ตัวอย่าง
> ดิฉันออกกำลังกายทุกวัน
> เรามีตารางสอนกันทุกคน

แบบฝึกหัด ๑　จงใช้คำต่อไปนี้แต่งประโยคให้ได้ความสมบูรณ์ตามประโยคตัวอย่าง
（用下列词语仿照例句造出完整的句子。）

> อ่านหนังสือพิมพ์　　　ทำความสะอาดห้อง
> หัดวิ่ง　　　　　　　ร่างกายของเราแข็งแรงดี
> สุขภาพดี　　　　　　มีเรียน
> ชอบว่ายน้ำ　　　　　ชอบดูหนัง
> หัดอ่านออกเสียง　　　เตรียมมาบ้างแล้ว
> จำคำเหล่านี้ได้　　　　ท่องบทสนทนาได้

แบบฝึกหัด ๒　จงตอบคำถามต่อไปนี้ตามรูปประโยคตัวอย่าง（仿照例句回答下列问题。）

> ๑) พวกเธอชอบว่ายน้ำกันไหม
> ๒) พวกเธอสนใจออกกำลังกายกันไหม
> ๓) พวกเธอออกกำลังกายกันทุกวันไหม
> ๔) พวกเธอทำความสะอาดห้องกันทุกวันไหม

๕) พวกเธอชอบดูหนังกันไหม
๖) พวกเธอหัดอ่านออกเสียงกันทุกวันไหม
๗) พวกเธอชอบเรียนภาษาไทยกันไหม
๘) นักเรียนในชั้นเธอสุขภาพดีไหม
๙) พวกเธอเล่นกายบริหารกันไหม
๑๐) พวกเธอเรียนวิชาภาษาไทยวันไหนบ้าง

แบบฝึกหัด ๓ จงใช้คำที่เคยเรียนมาแล้วเติมลงในช่องว่างให้ได้ความสมบูรณ์ （用学过的词填空。）

๑) หนังสือเหล่านี้ ฉันเคยอ่านแล้วทุก......
๒) ฉันรู้จักนักศึกษาในภาควิชาของเราทุก......
๓) ดูซิ ห้องพักของเขาสะอาดกันดีทุก......
๔) บทเรียนเหล่านี้ฉันท่องได้ทุก......
๕) โต๊ะและม้านั่งฉันเช็ดแล้วทุก......

สนทนา (คุยกันระหว่างแขกกับนักศึกษา)

- พวกเธอออกกำลังกายกันทุกวันใช่ไหม
- ครับ เราออกกำลังกายกันทุกวัน
- ออกกำลังกายกันตอนไหน
- ตอน ๕ โมงครึ่งถึง ๖ โมงครึ่งครับ
- ร่างกายของพวกเธอดูแข็งแรงกันดี
- ครับ เราสนใจออกกำลังกายกันทุกคน

๒. ....หรือ ……吗？用于对已知的但不是很有把握的事情发问，发问的目的是为了印证自己的看法。这种句子有时仅仅是为了寒暄。回答时如果是肯定的，一般只要用ครับ ค่ะ อืม อือ 等即可，也可以只用 ใช่或者重复一下问话中谓语的主要成分；如果是否定的，一般只要用“เปล่า”，也可以再加上需要否定的成分，或者加上需要更正的部分。

บทที่ ๑๕   ออกกำลังกาย

ตัวอย่าง ๑   (กำลัง)อ่านหนังสือพิมพ์หรือ
- ใช่ (หรือ:ครับ ค่ะ อืม อือ)
ร้อนหรือ   - ร้อน (หรือ:ครับ ค่ะ อืม อือ)

แบบฝึกหัด   จงใช้คำหรือวลีต่อไปนี้แต่งประโยคคำถาม และตอบคำถามตามประโยคตัวอย่าง (用下列词或短语仿照例句造问句并给以回答。)

๑) ทำการบ้าน   ๒) ซักผ้า
๓) เขียนจดหมาย   ๔) ไปออกกำลังกาย
๕) ทำความสะอาดห้องกัน   ๖) หนาว
๗) เจ็บ   ๘) ชอบ
๙) ไม่เข้าใจ   ๑๐) ไม่อยู่

ตัวอย่าง ๒   ฟังบทสนทนาหรือ
- ใช่ (หรือ:ครับ ค่ะ อืม อือ)
- เปล่า (ไม่ได้ฟังบทสนทนา)
- เปล่า (ฟังดนตรี)

แบบฝึกหัด   จงทำวลีหรือประโยคต่อไปนี้ให้เป็นคำถามและตอบคำถามตามตัวอย่าง ประโยคปฏิเสธให้ใช้คำในวงเล็บด้วย (将下列短语或句子仿照例句改为问句并给以回答。否定的回答再加上括弧里所给的词或短语。)

๑) ไปเรียน (ฟังเลคเชอร์)
๒) เธอชอบ (ไม่ชอบ)
๓) ประชุมกัน (คุย ๆ กัน)
๔) เหนื่อย (ไม่เหนื่อย)
๕) ไปหาหมอ (ไปเยี่ยมอาจารย์)
๖) หัดวิ่งทุกวัน (ไม่ทุกวัน)
๗) เรียนภาษาอังกฤษทุกวัน (ไม่ทุกวัน)

๘) วันนี้ขึ้นบทใหม่ (ทบทวนบทเก่า)

๙) เขาให้ไปกันทุกคน (ให้ไป ๒-๓ คน)

๑๐) อาจารย์ให้ท่องทุกบท (ให้ท่องบทที่ ๑๔ กับบทนี้)

สนทนา   (คุยกันระหว่างเพื่อน)

- เลิกเรียนแล้วทำอะไร
- ออกกำลังกาย
- เธอออกกำลังกายกันทุกวันหรือ
- เปล่า ไม่ทุกวัน
- เวลาออกกำลังกายเธอเล่นอะไรบ้าง
- บางวันเล่นบาสเกตบอล บางวันเล่นวอลเลย์บอล บางวันไปว่ายน้ำ
- ไปว่ายน้ำกันที่ไหน
- ที่สระว่ายน้ำของมหาวิทยาลัย
- มหาวิทยาลัยของเธอมีสระว่ายน้ำด้วยหรือ
- มี

๓. ....มั่ง(บ้าง)   些，一些。在问句中置于疑问词之后，表示所问的是两个以上的事物或动作。

ตัวอย่าง   ตอนบ่ายเธอจะทำอะไรบ้าง
- ตอนบ่ายฉันจะทบทวนบทเรียน ทำความสะอาด
  ห้องและออกกำลังกาย
(เวลาออกกำลังกาย)เธอชอบเล่นอะไรมั่ง
- ฉันชอบเล่นฟุตบอล บาสเกตบอลและปิงปอง

แบบฝึกหัด   จงทำให้ประโยคต่อไปนี้เป็นประโยคคำถามตามประโยคตัวอย่าง
(仿照例句将下列句子改为问句。)

๑) ฉันจะซื้อสมุด ดินสอ และกระดาษ

๒) เราเรียนวิชาภาษาไทย วิชาภาษาอังกฤษ วิชาประวัติศาสตร์และวิชาอื่น ๆ

๓) บ่ายนี้เราจะทบทวนภาษาไทย และภาษาอังกฤษ

๔) เขากำลังอ่านหนังสือพิมพ์และนิตยสารกัน

๕) เราชอบเล่นปิงปอง ฟุตบอล และวอลเลย์บอล

๖) ห้องนี้มีโต๊ะ ม้านั่ง เตียง ฯลฯ

๗) เขากำลังซักผ้า เช็ดโต๊ะ ถูพื้นกัน

๘) ก่อนขึ้นบทใหม่ ฉันจะอ่านคำศัพท์สองเที่ยว อ่านรูปประโยคหนึ่งเที่ยว และอ่านบทสนทนาหนึ่งเที่ยว

๙) พรุ่งนี้ฉันจะไปเที่ยวพระราชวังโบราณ สวนจิ่งซานและสวนเป๋ยไห่

๑๐) ฉันจะไปกับฉางเฉียง เหลียงอี้ และเฉินชาง

สนทนา (คุยกันระหว่างแขกกับนักศึกษา)

- คุณชอบเล่นกีฬาอะไรบ้างครับ
- ผมชอบทุกอย่างครับ
- ตามปรกติ คุณเล่นอะไรมั่งครับ
- ตามปกติ เราเล่นฟุตบอล บาสเกตบอลและวอลเลย์บอลครับ
- คุณชอบอะไรมากที่สุดครับ
- ฟุตบอลครับ

๔. ....แข่ง....กับ.... 跟（同，和）……比……。

ตัวอย่าง วันนี้สาขาวิชาเรา(จะ)แข่งปิงปองกับสาขาวิชาภาษาพม่า

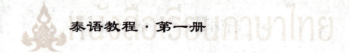

แบบฝึกหัด ๑ จงใช้คำที่ให้ไว้แต่งประโยคตามประโยคตัวอย่าง   (用所给词汇仿照例句造句。)

๑) วันนี้ สาขาวิชาเรา บาสเกตบอล สาขาวิชาภาษาอินโดนีเซีย
๒) พรุ่งนี้ ภาควิชาเรา วอลเลย์บอล ภาควิชาภาษาญี่ปุ่น
๓) เย็นนี้ คณะเรา แบดมินตัน คณะภาษาจีน
๔) บ่ายนี้ มหาวิทยาลัยเรา ฟุตบอล มหาวิทยาลัยชิงหวา
๕) ประเดี๋ยว จางจิ้ง แบดมินตัน หยางลี่

แบบฝึกหัด ๒ เมื่อแต่งประโยคในแบบฝึกหัด ๑ เรียบร้อยแล้ว จงทำประโยคเหล่านั้นแต่ละประโยค ให้เป็นประโยคคำถามตามตัวอย่างข้างล่าง   (按照下面例句的样子，将练习一中造好的各句改为问句。)

ตัวอย่าง   วันนี้ภาควิชาเรา(จะ)แข่งปิงปองกับภาควิชาภาษาญี่ปุ่น
(๑) ภาควิชาเราจะแข่งปิงปองกับภาควิชาภาษาญี่ปุ่นวันไหน
(๒) วันนี้ใคร(ภาควิชาไหน)จะแข่งปิงปองกับภาควิชาเรา
(๓) วันนี้ภาควิชาเราจะแข่งอะไรกับภาควิชาภาษาญี่ปุ่น
(๔) วันนี้ภาควิชาเราจะแข่งปิงปองกับใคร (ภาควิชาไหน)

สนทนา (คุยกันระหว่างเพื่อนนักศึกษา)

- หัวหน้าชั้น ออกกำลังกายวันนี้(จะ)เล่นอะไรกัน
- วันนี้แข่งวอลเลย์บอล
- แข่งกับใคร
- สาขาวิชาภาษาพม่า
- ไปดูการแข่งขันหรือ
- ไป

- วันนี้แข่งอะไร

- วอลเลย์บอล
- ใครแข่งกับใคร
- ทีมจีนกับทีมเกาหลี

๕. เราสนใจการออกกำลังกายกันทุกคน การ 是将动词名词化的词头。

ตัวอย่าง

เราออกกำลังกายกันทุกวัน（动词作谓语）
เราสนใจการออกกำลังกายกันทุกคน（名词作宾语）
การออกกำลังกายสำคัญมาก（名词作主语）

เขาออกเสียงชัด（动词作谓语）
เขาสนใจการออกเสียงมาก（名词作宾语）
การออกเสียงของเขาดี（名词作主语）

แบบฝึกหัด จงใช้คำที่ให้ไว้แต่งประโยคตามตัวอย่าง（用所给词汇仿照例句造句。）

อ่าน พูด ฟัง เขียน เรียน คัดลายมือ

สนทนา (คุยกันระหว่างเพื่อน)

- การออกเสียงภาษาไทยยากไหม
- ยาก
- การเขียนล่ะ ยากไหม
- ก็ไม่ง่ายเหมือนกัน
- แต่รู้สึกว่าเธอเรียนดีนี่
- ยังไม่ค่อยดีหรอก

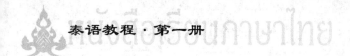

บทสนทนา

(คุยกันระหว่างแขกกับนักศึกษา)

แขก	คุณออกกำลังกายกันทุกวันหรือครับ
นักศึกษา	ครับ
แขก	(คุณ)ออกกำลังกายกันตอนไหนครับ
นักศึกษา	ตอน ๕ โมงครึ่งถึง ๖ โมงครึ่งครับ
แขก	(เวลาออกกำลังกาย)คุณเล่นอะไรมั่งครับ
นักศึกษา	บางทีเล่นบาสเกตบอล บางทีเล่นวอลเลย์บอล บางทีเล่นแบดมินตันครับ
แขก	คุณชอบว่ายน้ำกันไหมครับ
นักศึกษา	ชอบครับ เราชอบว่ายน้ำกันทุกคน
แขก	ไปว่ายน้ำกันที่ไหนครับ
นักศึกษา	ที่สระว่ายน้ำมหาวิทยาลัยครับ
แขก	ฤดูหนาวล่ะครับ คุณเล่นอะไรกันบ้าง
นักศึกษา	เราชอบหัดวิ่งและเล่นสเก๊ตครับ
แขก	ร่างกายของคุณดูแข็งแรงดี
นักศึกษา	ครับ เราสนใจการออกกำลังกายกันทุกคน

(คุยกันระหว่างเฉินชางกับเหลียงอี้-ชื่อเล่นอี้ เพื่อนนักศึกษาของเฉินชาง)

เหลียงอี้	ถึงเวลาออกกำลังกายแล้ว ไปออกกำลังกายกันไหม
เฉินชาง	ไป
เหลียงอี้	วันนี้เล่นอะไร
เฉินชาง	วันนี้แข่งวอลเลย์บอลกับภาควิชาภาษาญี่ปุ่น
เหลียงอี้	สู้เขาได้หรือ
เฉินชาง	ไม่เป็นไรหรอก ที่สำคัญคือได้ออกกำลังกาย

แบบฝึกหัด

๑. แบบฝึกหัดออกเสียง

๑) จงหัดอ่านคำต่อไปนี้ให้ถูกต้อง(ควรสนใจเป็นพิเศษกับคำที่มีตัวสะกดที่ขีดเส้นใต้ไว้)

คุณออกกำลังกายกันทุกวันหรือ

ตอน ๕ โมงครึ่งถึง ๖ โมงครึ่ง

เราสนใจการออกกำลังกายกันทุกคน

ที่สำคัญคือได้ออกกำลังกาย

ผมเตรียมมาบ้างแล้ว

ฉันก็เตรียมมาบ้างแล้วเหมือนกัน

ตอนค่ำฉันจะทบทวนและฟังเทป

คุณหัดอ่านออกเสียงตอนไหน

เวลาเป็นเงินเป็นทอง

๒) จงหัดอ่านออกเสียงต่อไปนี้ให้ถูกต้อง(ควรสนใจเป็นพิเศษกับเสียงพยัญชนะที่ขีดเส้นใต้ไว้)

(๑) ออกกำลังกาย เวลา เล่น มหาวิทยาลัย ล่ะ แล้ว วอลเลย์บอล

(๒) หรือ ฤดู ร่างกาย แข็งแรง อะไร ไม่เป็นไร ตาราง เข้าเรียน

(๓) เปล่า ไกล

(๔) ครึ่ง ครับ ประวัติศาสตร์ เตรียม

๒. จงเลือกคำที่ให้ไว้เติมลงในช่องว่างให้ถูกต้อง แล้วตอบคำถามด้วย

(ไหม หรือ หรือยัง หรือเปล่า ใช่ไหม)

๑) เธอไปดูหนัง...... ๒) เมื่อคืนเธอไปดูหนัง......

๓) เธอก็ไปดูหนัง...... ๔) หนังฉาย......

๕) เธอไม่ไป...... ๖) เธอมีตั๋ว......

๗) เธอไม่มีตั๋ว...... ๘) คืนนี้เขาฉายหนัง......

๙) เธอชอบดูหนัง...... ๑๐) เธอซื้อตั๋ว......

๓. จงแปลประโยคต่อไปนี้เป็นภาษาไทย.

1. 你有课本吗？ 2. 你买书了吗？

3. 你碰到他了吗？ 4. 你没有笔吗？

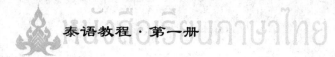

5. 他不来吗？　　　　6. 你都有些什么书啊？
7. 有些书是我的，有些书是他的。
8. 有些人来自上海，有些人来自广州。
9. 你喜欢读些什么书？
10. 你家里(ทางบ้าน) 还有些什么人？

๔. จงจำคำศัพท์ต่อไปนี้ให้ได้

ตอนเช้า	早上	ตอนเที่ยง	中午	ตอนบ่าย	下午
ตอนเย็น	傍晚	ตอนค่ำ	晚上	ตอนกลางวัน	白天
ตอนกลางคืน	晚上，夜里				

๕. จงอ่านข้อความต่อไปนี้

เราสนใจการออกกำลังกายกันทุกคน

เช้า ๆ หลังตื่นนอน เรามักไปวิ่งระยะไกล หลังชั่วโมงที่ ๒ เราเล่นกายบริหารกันทุกวัน ตอนบ่าย หลังเลิกเรียนแล้ว เราไปออกกำลังกายกันที่สนามกีฬา บางคนเล่นวอลเลย์บอล บางคนเล่นแบดมินตัน บางวันเราแข่งขันกีฬากับสาขาวิชาอื่น ในฤดูร้อน บางทีเราไปว่ายน้ำกัน ในฤดูหนาว บางทีเราไปเล่นสเก๊ตกัน เราชอบกีฬากันทุกคน ร่างกายของเราแข็งแรงดีมาก

๖. จงคัดข้อความในแบบฝึกหัดข้อ ๕.

ศัพท์และวลี

อื่น	其他	วิ่ง	跑
ร่างกาย	身体	แข็งแรง	健壮
....ดี	很……	สุขภาพ(สุก-ขะ-)	身体状况
ชอบ	喜欢	ว่ายน้ำ	游泳
สนใจ	关心，注意	นักเรียน	学生（一般指中、小学生）
กายบริหาร	体操		
เหล่านี้	这些	เคย	曾经
ซี(ซิ,สิ)	啊（语气助词）	ท่อง	背诵
		หรือ	吗

บทที่ ๑๕ ออกกำลังกาย

อึม	嗯	เจ็บ	疼痛
ดนตรี	音乐	เลคเชอร์	讲座
ประชุม	会；开会	เก่า	旧
บาง....	某些，有些	สระ(สะ)	池，湖
....ด้วย	也……, 还……	มั่ง	= บ้าง 一些
นิตยสาร(นิด-ตะ-ยะ-สาน)	杂志	เที่ยว	遍，趟
		วัง	宫
โบราณ	古的	พระราชวังโบราณ (พระ-ราด-ชะ-)	故宫
สวน	园地，公园		
อย่าง	种，样	....ที่สุด	最
ตามปกติ(-ปก-กะ-ติ)	= ตามปรกติ	แข่ง	赛，比赛
		พม่า	缅甸
อินโดนีเซีย	印尼	ญี่ปุ่น	日本
แบดมินตัน	羽毛球	แข่งขัน	比赛
การ	（使动词名词化的词头）	ทีม	（运动）队
		เกาหลี	朝鲜
สำคัญ	重要	ชัด	清楚，清晰
บางที	有时	หรอก	（强调否定时用的语气助词）
ฤดู	季节		
ฤดูหนาว	冬季		
สเกต	滑冰	สู้	比，斗
สู้ได้	比得过，赛得过	สู้ไม่ได้	比不过，赛不过
ที่สำคัญ	主要的是，重要的是	ได้....	得以……, 可以……
ตั๋ว	票		
ฉาย	放映	เที่ยง	晌午，中午
กลางวัน	白天	กลางคืน	晚上，夜里
หลัง	后, 之后	ระยะ	距离
วิ่งระยะไกล	长跑	ฤดูร้อน	夏季

บทที่ ๑๖ ทำความสะอาด

รูปประโยคและการใช้คำ

๑. **ไม่ได้....** 没有……。用在动词之前，表示行为、动作、变化等没有发生。
   ยังไม่ได้.... 还没有……。用在动词之前，表示行为、动作、变化等尚未发生。

ตัวอย่าง

> เมื่อวานเธอไปดูหนังหรือเปล่า
> - เปล่า ไม่ได้ดู
> เธอทำการบ้านหรือยัง
> - ยัง ฉันยังไม่ได้ทำ

แบบฝึกหัด ๑ จงตอบคำถามต่อไปนี้ด้วยประโยคปฏิเสธ "ไม่ได้...." หรือ "ยังไม่ได้...." (用 "ไม่ได้...." 或 "ยังไม่ได้...." 对下列问句作否定的回答。)

> ๑) เมื่อวานเธอไปว่ายน้ำหรือเปล่า
> ๒) เมื่อเช้าเธอออกกำลังกายหรือเปล่า
> ๓) เมื่อคืนเธอดูโทรทัศน์หรือเปล่า
> ๔) หนังสือพิมพ์วานนี้เธออ่านหรือเปล่า
> ๕) เธอพบประสงค์หรือเปล่า
> ๖) หนังสือพิมพ์วันนี้เธอซื้อหรือยัง
> ๗) ปัญหานี้เธอถามอาจารย์หรือยัง
> ๘) เธอไปเยี่ยมเขาหรือยัง
> ๙) เธอคัดบทสนทนาหรือยัง
> ๑๐) บทเรียนบทนี้เธอทบทวนหรือยัง

บทที่ ๑๖   ทำความสะอาด

แบบฝึกหัด ๒   จงใช้คำว่า "ไม่ได้...." "ยังไม่ได้...." หรือ "ไม่มี" เติมช่องว่างให้ได้ความถูกต้อง และสังเกตความแตกต่างระหว่างการใช้คำว่า "ไม่มี" กับ "ไม่ได้" (用 "ไม่ได้...." "ยังไม่ได้...." 或 "ไม่มี" 填空。注意 "ไม่ได้" 和 "ไม่มี" 的区别。)

๑) เช้านี้เรียน ๔ ชั่วโมงแล้ว..........พัก
๒) เที่ยงแล้ว..........กินข้าว
๓) ห้องนี้..........กระดานดำ
๔) เช้านี้ฉัน..........ทบทวนภาษาอังกฤษ
๕) วันนี้........วิชาประวัติศาสตร์
๖) เมื่อวานเขา..........ไปซื้อของ
๗) เรา..........กวาดห้อง ห้องจึงสกปรก
๘) ฉัน..........ตัดผม ๑ เดือนแล้ว
๙) เขา..........ตัดเล็บ เล็บของเขาจึงยาวมาก
๑๐) ฉัน..........กรรไกร

สนทนา   (คุยกันระหว่างเพื่อนนักศึกษา)

- ถูพื้นหรือยัง
- ยัง (ยังไม่ได้ถู)
- ทำไมยังไม่ถูล่ะ
- ไม่มีไม้ถูพื้น
- ไม่ได้ไปหาหรือ
- ไปแล้ว ไม่มี

๒. ....เสียหน่อย   ……一下。用在谓语之后，表示做一下某个动作或完成一下、处置一下某件事，含有使其实现的意思。

ตัวอย่าง ๑   อยากจะพักเสียหน่อย
ทำความสะอาดห้องกันเสียหน่อยเป็นไง

แบบฝึกหัด จงทำประโยคต่อไปนี้ให้เป็นประโยค"....เสียหน่อย"ตามตัวอย่าง (将
下列句子改为带有"....เสียหน่อย"的句子。)

๑) อยากจะจัดหนังสือ
๒) อยากจะถูพื้น
๓) อยากจะเช็ดหน้าต่าง
๔) อยากจะทบทวนบทเรียน
๕) พัก ดีไหม
๖) ช่วยเปิดประตู
๗) ช่วยจัดห้องกัน ไม่ดีหรือ
๘) อยากจะเอาเครื่องนอนไปผึ่งแดด
๙) ทำความสะอาดห้องกัน เป็นไง
๑๐) ช่วยเอาหนังสือพิมพ์ไปให้เขา

ตัวอย่าง ๒ ฉันเหนื่อย   - พักเสียหน่อยสิ
       โต๊ะยังไม่ได้จัด(ยังไม่ได้จัดโต๊ะ) - จัดเสียหน่อยสิ

แบบฝึกหัด จงแต่งประโยค"........เสียหน่อย"มาโต้ตอบประโยคข้างล่างตาม
ตัวอย่าง (用含有"........เสียหน่อย"的句子来接述下列句子。)

๑) ห้องยังไม่ได้กวาด
๒) พื้นยังไม่ได้ถู
๓) หนังสือยังไม่ได้จัด
๔) หน้าต่างยังไม่ได้เปิด
๕) ฉันยังไม่ได้ถูพื้น
๖) ฉันยังไม่ได้กวาดห้อง
๗) ฉันยังไม่ได้เช็ดหน้าต่าง
๘) ฉันยังไม่ได้จัดหนังสือ

บทที่ ๑๖   ทำความสะอาด

๙) ฉันยังไม่ได้เตรียมบทเรียนบทใหม่
๑๐) ฉันยังไม่ได้ทบทวนบทเก่า

สนทนา   (คุยกันระหว่างหวางหงกับจางจิ้ง)

หวางหง   เช้านี้ จิ้งว่างไหม
จางจิ้ง   ว่าง
หวางหง   ทำความสะอาดห้องกันเสียหน่อยเป็นไง
จางจิ้ง   ดีเหมือนกัน
หวางหง   หงไปหาเครื่องใช้นะ
จางจิ้ง   จิ้งเอาเครื่องนอนไปผึ่งแดดเสียหน่อยดีไหม
หวางหง   ดี

๓. .....ไม่ใช่หรือ(....มิใช่หรือ)   不是......吗? ......不是吗?

ตัวอย่าง ๑   เธอรู้แล้วไม่ใช่หรือ
เขาไปแล้วมิใช่หรือ

แบบฝึกหัด   จงทำประโยคข้างล่างนี้เป็นประโยคคำถามตามตัวอย่าง (仿照例句将下列句子改成问句。)

๑) วันนี้จะขึ้นบทใหม่
๒) บ่ายนี้จะทำความสะอาด
๓) หนังสือเล่มนี้เธอมีแล้ว
๔) ถึงเวลาเรียนแล้ว
๕) นี่หนังสือของเธอ
๖) ฉางเฉียงกลับหอพักแล้ว
๗) ฉันบอกเธอแล้ว
๘) หนังสือเล่มนี้หงซื้อแล้ว
๙) คำนี้ยังไม่เคยเรียน
๑๐) เขาเป็นนักศึกษาภาควิชาภาษาญี่ปุ่น

ตัวอย่าง ๒   วันนี้ทำความสะอาดห้องไม่ใช่หรือ
  - ใช่
  - ไม่ใช่ พรุ่งนี้
เธอรู้แล้วไม่ใช่หรือ
  - รู้แล้ว
  - ยังไม่รู้

แบบฝึกหัด   จงตอบคำถามต่อไปนี้ตามประโยคตัวอย่าง （仿照例句回答下列问题。）

๑) ถึงเวลาเรียนแล้วไม่ใช่หรือ
๒) นี่หนังสือของเธอไม่ใช่หรือ
๓) หนังฉายทุ่มครึ่งไม่ใช่หรือ
๔) หนังสือเล่มนี้เธอซื้อแล้วไม่ใช่หรือ
๕) คำนี้เคยเรียนแล้วไม่ใช่หรือ
๖) นี่สมุดของเธอไม่ใช่หรือ
๗) เขาเป็นนักศึกษาภาควิชาภาษาญี่ปุ่นไม่ใช่หรือ
๘) เธอบอกเขาแล้วไม่ใช่หรือ
๙) เล็กมาจากเซี่ยงไฮ้ไม่ใช่หรือ
๑๐) วันนี้จะแข่งบาสเกตบอลกับภาควิชาภาษาอาหรับไม่ใช่หรือ

สนทนา   (คุยกันระหว่างเพื่อนนักศึกษา)

- ถึงเวลาแล้วมิใช่หรือ
- ถึงแล้ว
- ทำไมลี่ยังไม่มาล่ะ
- ยังไม่เลิกเรียนมั้ง
- วันนี้เขาไม่มีเรียนไม่ใช่หรือ
- มี วิชาภาษาจีน

บทที่ ๑๖　ทำความสะอาด

๔. ....ตรง....　在……地方。介词，常用在 "นี้" "นั้น" "โน้น" "ไหน" "กลาง" "หน้า" 等词之前，以指出或要求指出一个具体的地点。ตรง 与第四课中学的只指出或要求指出一个笼统地点的"ที่"不同，能与 ตรง 相搭配的词也比较受限制。

ตัวอย่าง

ยืนตรงนี้นะ
เก้าอี้วางตรงนี้เกะกะทางมาก เอาไปวางตรงนั้นเถอะ
เรานั่งตรงไหนดี
เขายืนอยู่ตรงหน้าฉัน
โต๊ะวางไว้ตรงกลางดีไหม

แบบฝึกหัด　จงใช้คำว่า "ตรง" หรือ "ที่" เติมลงในช่องว่างให้ได้ความถูกต้องแล้วแปลเป็นภาษาจีน (用 "ตรง" 或 "ที่" 填空并将句子译成汉语。)

๑) สมุดของเธออยู่......ฉัน
๒) เราไปออกกำลังกาย......ไหนดี
๓) เราไปอ่านหนังสือกัน......ห้องสมุด
๔) กะละมังของเขาอยู่......ไหน
๕) เก้าอี้วาง..........นี้ดีไหม
๖) เธอไปเอาน้ำ......ไหน
๗) กระติกน้ำร้อนอยู่......นั้นไม่ใช่หรือ
๘) ฉันนั่ง......นี้ได้ไหม
๙) แผนที่ติด......กลางดีไหม
๑๐) ไม้กวาดอยู่......นี้ ผ้าขี้ริ้วอยู่......นั้น
๑๑) ไม้ถูพื้นไม่รู้อยู่......ไหน
๑๒) เขาเอาหนังสือมาวาง......หน้าเรา

สนทนา   (คุยกันระหว่างเพื่อนนักศึกษา)

- เครื่องใช้มีแล้วไม่ใช่หรือ
- ไม้กวาด ผ้าขี้ริ้วมีแล้ว แต่ไม้ถูพื้นไม่รู้อยู่ตรงไหน
- อยู่ตรงโน้น เห็นไหม
- เห็นแล้ว

๕. เอา....ไป(มา). ……这是一种连动式的结构。要注意汉语在表述这个语义时，有时句子结构上与泰语存在区别。

ตัวอย่าง   นักศึกษาเอาสมุดแบบฝึกหัดไปส่งครู
ฉันเอาหนังสือพิมพ์มาอ่าน

แบบฝึกหัด   จงใช้คำว่า"เอา....ไป(มา)...."เติมลงในช่องว่างให้ได้ความตามตัวอย่าง (参照例句用"เอา....ไป(มา)...."填空。)

๑) หยางลี่......ถ้วยแก้ว....ล้าง
๒) จางจิ้ง......ผ้า.....ซัก
๓) เรา.....ผ้าห่ม.....ผึ่งแดด
๔) ฉันจะ......หนังสือ......คืนห้องสมุด
๕) ฉัน......นี่......ให้เขา
๖) ฉันจะ......หนังสือเล่มนั้น......คืน
๗) เราจะไป......เครื่องใช้......ทำความสะอาดห้อง
๘) เขี่ยง......ไม้กวาด......กวาดห้อง
๙) ฉันจะไป......ผ้าขี้ริ้ว......เช็ดโต๊ะ
๑๐) ฉันจะไป......ไม้ถูพื้น......ถูพื้น

บทที่ ๑๖   ทำความสะอาด

สนทนา   (คุยกันระหว่างเพื่อนนักศึกษา)

- จะทำความสะอาดห้องเดี๋ยวนี้ใช่ไหม
- ใช่
- จะทำยังไงล่ะ
- เอาเครื่องนอนไปผึ่งแดด แล้วไปเอาไม้กวาด ผ้าขี้ริ้ว ไม้ถูพื้น มาปัด กวาด เช็ด ถูกันเป็นไง
- ดี

๖. ....เสียก่อน แล้วค่อย....   先……，（然后）再……。用于尚未进行的动作。

ตัวอย่าง   เราควรคิดเสียก่อน แล้วค่อยทำ

แบบฝึกหัด   จงใช้คำต่อไปนี้แต่งประโยค"....เสียก่อน แล้วค่อย...."ตามตัวอย่าง
(用下列词汇或短语仿照例句造句。)

๑) กวาด, ถู
๒) ควรคิด, พูด
๓) เตรียมบทใหม่, ไปเรียน
๔) ทำการบ้าน, ซักผ้า
๕) อยากทำนี่ให้เสร็จ, พัก
๖) ต้องฟังให้เข้าใจ, จด
๗) ทบทวนบทเรียน, ทำแบบฝึกหัด
๘) ทำความสะอาดห้อง, ไปยืมหนังสือ
๙) คืนหนังสือ, ไปออกกำลังกาย
๑๐) ทบทวนบทเก่า, ขึ้นบทใหม่

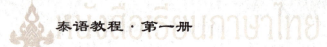

สนทนา (คุยกันระหว่างเพื่อนนักศึกษา)

- เราทำความสะอาดห้องกันเสียหน่อยเป็นไง
- ดี ฉันก็นึก ๆ อยู่เหมือนกัน
- ฉันไปหาเครื่องใช้นะ
- เอาผ้าห่มไปผึ่งแดดเสียก่อน แล้วค่อยไปหาเครื่องใช้ไม่ดีหรือ
- ก็ดีเหมือนกัน

๗. ...ให้... 前面是一个动词，后面连接一个形容词或表示结果的动词，用以说明前面动作所要求达到的程度、目的或结果，含有“使其……”的意思。这种句子结构与汉语有区别，要注意两种语言在表达上的差异。

ตัวอย่าง ๑

กินให้หมด
ทำ(กวาด, เช็ด, ถู....)ให้สะอาด

แบบฝึกหัด จงอ่านและแปลวลีต่อไปนี้ แล้วแต่งเป็นประโยคที่สมบูรณ์ （朗读并翻译下列短语，然后造出完整的句子。）

๑) อ่านให้จบ	๒) ทำให้เสร็จ
๓) อ่านให้คล่อง	๔) เขียนให้ดี
๕) จัดให้เรียบร้อย	๖) เตรียมให้ดี
๗) ท่องให้คล่อง	๘) สะกดให้ถูก
๙) ออกเสียงให้ชัด	๑๐) คัดให้สวย

ตัวอย่าง ๒

กวาดห้องให้สะอาด
กินข้าวให้หมด

แบบฝึกหัด จงหาคำมาเติมลงในช่องว่างให้ได้ความชัดเจนตามตัวอย่าง แล้วแปลเป็นภาษาจีน （选择适当的词填空，然后将句子译成汉语。）

บทที่ ๑๖ ทำความสะอาด

๑) อ่าน......ให้จบ	๒) ทำ......ให้เสร็จ
๓) อ่าน......ให้คล่อง	๔) เขียน......ให้ดี
๕) จัด......ให้เรียบร้อย	๖) เตรียม......ให้ดี
๗) ท่อง......ให้คล่อง	๘) สะกด......ให้ถูก
๙) ออกเสียง......ให้ชัด	๑๐) คัด......ให้สวย

สนทนา (คุยกันระหว่างเพื่อนนักศึกษา)

- ทำความสะอาดเสร็จแล้วจะทำอะไร
- แข่งบาสเกตบอล
- งั้นต้องทำเร็ว ๆ หน่อย
- แต่ต้องทำให้สะอาดนะ
- ไม่มีปัญหา

๘. ....ได้.... ……得……。前面是一个动词,后面接一个形容词,用以说明前面动作所达到的程度。

ตัวอย่าง   ทำได้สะอาด
อ่านได้คล่อง

แบบฝึกหัด ๑   จงใช้คำที่ให้ไว้แต่งเป็นวลี "....ได้...."ตามตัวอย่าง (用所给词汇仿照例句组成ได้短语。)

คัด	- สวย	พูด	- คล่อง
ออกเสียง	- ชัด	เขียน	- ดี
จำ	- แม่น	จัด	- เรียบร้อย
ตอบ	- ถูกต้อง	ซัก	- สะอาด

แบบฝึกหัด ๒ จงเปรียบเทียบวลี ๒ ประเภทต่อไปนี้ แล้วชี้ให้เห็นว่าแตกต่างกันอย่างไร（比较下列两边短语，指出其意义上的差别。）

จัดเวลาให้ดี	-	จัดเวลาได้ดี
เตรียมให้ดี	-	เตรียมได้ดี
ท่องให้คล่อง	-	ท่องได้คล่อง
สะกดให้ถูก	-	สะกดได้ถูก
คัดให้สวย	-	คัดได้สวย

สนทนา (คุยกันระหว่างเหลียงอี้กับฉางเฉียง)

เหลียงอี้	เขี่ยง (ทำ)เสร็จหรือยัง
ฉางเฉียง	เสร็จแล้ว ดูซี เป็นไงบ้าง
เหลียงอี้	อือ ทำได้สะอาดดี
ฉางเฉียง	อี้ก็จัดได้เรียบร้อยดีนี่
เหลียงอี้	ห้องเราดูสว่างและสะอาดขึ้นเยอะ

บทสนทนา

หยางลี่	เช้านี้เล็กว่างไหม
หลี่เวย์	ว่าง
หยางลี่	งั้น (เรา)มาทำความสะอาดห้องพักกันเสียหน่อยเป็นไง
หลี่เวย์	ดี เล็กก็นึก ๆ อยู่เหมือนกัน
หยางลี่	เครื่องใช้มีแล้วไม่ใช่หรือ
หลี่เวย์	ไม้กวาด ผ้าขี้ริ้วมีแล้ว แต่ไม่รู้ว่าไม้ถูพื้นอยู่ตรงไหน
หยางลี่	งั้น ลี่ไปหาก่อนนะ
หลี่เวย์	วันนี้อากาศดี เอาเครื่องนอนไปผึ่งแดดเสียก่อน แล้วค่อยไปหาไม้ถูพื้นเป็นไง
หยางลี่	ก็ดีเหมือนกัน

หลี่เวย์ วันนี้ทำให้สะอาดหน่อยนะ
หยางลี่ ได้
หลี่เวย์ หนังสือยังไม่ได้จัด
หยางลี่ ประเดี๋ยวลี่จัดเอง เล็กถูพื้นเถอะ

(เมื่อสองคนทำเสร็จแล้ว)
หลี่เวย์ (ทำ)เสร็จหรือยัง
หยางลี่ เสร็จแล้ว
หลี่เวย์ อือ จัดได้เรียบร้อยดี
หยางลี่ เล็กก็ทำได้สะอาดมาก
หลี่เวย์ ห้องเราดูสว่างและสะอาดขึ้นเยอะ

แบบฝึกหัด

๑. แบบฝึกหัดออกเสียง

๑) จงหัดอ่านออกเสียงคำต่อไปนี้ให้ถูกต้อง(ควรสนใจเป็นพิเศษกับเสียงสระ ี เ- แ- และ ไ-)

(๑) ขี้ริ้ว ปี มี ดี ดิฉัน นี้ วิชา บางที ที่

(๒) เป็น เอง เสร็จ เวลา เล่น บาสเกตบอล สเก๊ต วอลเลย์บอล

(๓) แข่ง และ แบดมินตัน แข็งแรง แล้ว

(๔) ไหม ไง ใช่ ทำไม ไม่ ใหม่ ไป ได้ ให้ สนใจ ไกล

๒) จงหัดอ่านคำต่อไปนี้ให้ถูกต้อง(ควรสนใจเป็นพิเศษกับเสียงที่มีตัวสะกด)

(๑) นึก พัก ตก มาก รู้สึก บันทึก ออกเสียง ปกติ ทุก หก

(๒) ขอโทษ ประวัติ แดด จัด เสร็จ ไม้กวาด หัด สเก๊ต สะอาด

(๓) หลับ ครับ ทบทวน ชอบ กับ แบบฝึกหัด

๒. จงจำคำศัพท์ต่อไปนี้ให้ได้

พรุ่งนี้	明天	มะรืนนี้	后天
เมื่อวาน	昨天	เมื่อวานซืน	前天

๓. จงแปลประโยคต่อไปนี้เป็นภาษาไทย
 1. 你把那本书拿来给我看看。
 2. 谁把我的手套(ถุงมือ)拿走了？
 3. 把剪刀借给我使使。
 4. 她唱得很好听(เพราะ)。
 5. 我要（抄）写得漂亮点儿。
 6. 先把作业做完了再去锻炼。
 7. 把课文念得熟一点儿。
 8. 他读得很熟练。

๔. จงอ่านข้อความต่อไปนี้
 เช้าวันอาทิตย์ เราช่วยกันทำความสะอาดห้องพัก
 วันนี้อากาศดีมาก แดดดี เราจึงเอาเครื่องนอนไปผึ่งแดด เสร็จแล้วก็ช่วยกันกวาดห้อง ถูพื้น เช็ดประตูหน้าต่าง เช็ดโต๊ะ เก้าอี้ เตียงและอื่น ๆ ไม่นานก็เสร็จ แล้วก็ช่วยกันจัดเตียง จัดโต๊ะ จัดหนังสือและเครื่องใช้ต่าง ๆ ให้เรียบร้อย
 เราทำความสะอาดห้องกันบ่อยๆ ห้องพักของเราจึงสะอาดสะอ้าน ห้องพักของเราน่าอยู่มาก

๕. จงคัดข้อความในแบบฝึกหัดข้อ ๔

ศัพท์และวลี

โทรทัศน์(โท-ระ-ทัด)	电视	วานนี้(เมื่อวาน、เมื่อวานนี้)	昨天
กระดานดำ	黑板	สกปรก(สก-กะ-ปรก)	脏
เดือน	月		
ตัด	剪	เล็บ	指甲
กรรไกร	剪刀	......เสียหน่อย	……一下
อยาก	想, 欲	เป็นไง	怎样，如何
เครื่องนอน	被褥, 床上	ผึ่ง	晾

	用品	แดด	阳光
ผึ่งแดด	晾晒，曝晒	ช่วย	帮
เปิด	开	มิ	= ไม่
หอ	堂，厅，馆	หอพัก	宿舍楼
ทุ่ม	点（晚7点至11点用）	เซี่ยงไฮ้	上海
		อาหรับ	阿拉伯
มั้ง	= กระมัง 吧	เกะกะ	碍事；杂乱
วาง	放	ตรงหน้า	面前
ตรงกลาง	中间	กระติก	水壶
กระติกน้ำร้อน	暖壶	แผนที่	地图
ติด	粘贴，使其附着于、固定于某物	ผ้าขี้ริ้ว	抹布
		เห็น	看见
		ถ้วย	杯子
ถ้วยแก้ว	玻璃杯	ผ้าห่ม	被子
คืน	还	เดี๋ยวนี้	现在
ปัด	掸	แล้ว	然后
....ค่อย....	再	...เสียก่อน แล้วค่อย....	先……，（然后）再……
จด	记		
นึก	想		
หมด	完，光	คล่อง	流利
เรียบร้อย	整齐	เร็ว	快
แม่น	（记得）牢，准	ขึ้น	（表示好的、向上的或增多的趋向动词）
เยอะ	多		
....เอง	自己……		
เถอะ	吧（语气助词）		
มะรืนนี้	后天	เมื่อวานซืน	前天
แดดดี	太阳好、阳光好	บ่อย	常常，经常
		สะอาดสะอ้าน	= สะอาด
น่าอยู่	（住着）舒适		

บทอ่านประกอบ

เช้าวันเสาร์ แม่ชวนมานีไปซื้อกับข้าวที่ตลาด มานีช่วยหิ้วตะกร้าให้แม่ ในตลาดมีคนมากและมีของขายหลายอย่าง ของกินก็มี ของใช้ก็มี

แม่ถามราคา และเลือกซื้อแต่ของดีที่ราคาไม่แพงเกินไป แม่ซื้อผ้า หวี สบู่ และของกินหลายอย่าง มีเกลือ มะนาว ปลาทู ไข่และไก่ แม่จะซื้อหมูกับเนื้อด้วย แต่ไม่มีขาย เพราะวันนั้นเป็นวันพระ มานีเห็นผลไม้น่ากินหลายอย่าง มีเงาะ ลำไย น้อยหน่า จึงขอให้แม่ซื้อเงาะ

สายแล้วแม่ยังซื้อของไม่เสร็จ มานีเดินตามแม่อยู่นานจนหิว มองเห็นร้านหนึ่งมีของกิน น่าอร่อยและราคาไม่แพงเพราะมีป้ายบอกไว้ มานีจึงชวนแม่เข้าไป แม่เห็นว่าบ้านอยู่ไกลตลาด จึงพามานีเข้าไปซื้อกิน ในร้านมีคนมาก

แม่พูดว่า “ร้านนี้ทำของอร่อย จึงมีคนมากินกันมาก”

มานีพูดกับแม่ว่า “เขาคงได้เงินมากนะคะแม่”

“ถ้าขายดีก็ได้เงินมากซีลูก” แม่ตอบ

“คนขายของต้องได้เงินมากทุกคนหรือคะแม่” มานีถาม

“บางคนก็ได้มาก บางคนก็ได้น้อย ถ้าใครได้น้อยก็ต้องพยายามทำของให้ดี ๆ จึงจะมีคนซื้อ” แม่ตอบ

“มานีอยากขายของบ้าง เราจะได้มีเงินมาก ๆ ” มานีบอกแม่

แม่ยิ้มด้วยความพอใจ แล้วบอกกับมานีว่า “ดีแล้วลูก”

ศัพท์และวลีในบทอ่าน

แม่	妈妈	ชวน	邀
กับข้าว	菜肴	ตลาด(ตะ-หลาด)	市场
หิ้ว	提	ตะกร้า	篮子
....ให้	替（给）……（干什么）	ราคา	价格
		เลือก	挑选

แพง	贵	เกินไป	太...
ผ้า	布	หวี	梳子
เกลือ	盐	มะนาว	柠檬
ปลาทู	巴突鱼	ไข่	蛋
ไก่	鸡	หมู	猪；猪肉
เนื้อ	肉；牛肉	วันพระ	佛日
ผลไม้ (ผน-ละ-)	水果	น่ากิน	好吃
เงาะ	红毛丹	ลำไย	龙眼，桂圆
น้อยหน่า	林檎（又称番荔枝）	สาย	晚（上午用）
		ตาม	跟随
จน	直至（结构助词）	ร้าน	商店
		หิว	饿
อร่อย	味道好，鲜美	เพราะ	因为
ป้าย	牌子，招牌	มีป้ายบอกไว้	牌子上标着（价钱）
พา	带（领）		
คง	可能，大概	ได้	得到
เงิน	钱	ขาย	卖
ขายดี	卖得好，生意好	พยายาม	努力
		จึง	（因此）才
อยาก	想	อยาก....บ้าง	也想（像人家那样）……
ยิ้ม	（微）笑		
ความพอใจ	满意		

บทที่ ๑๗ งานรื่นเริง

รูปประโยคและการใช้คำ

๑. ....เป็น (或เก่ง) “....เป็น” 会，表示具有某种技能。“....เก่ง” 棒，表示具有很高的技能。

ตัวอย่าง

เขาว่ายน้ำเป็น(เก่ง)
เขาว่ายน้ำไม่เป็น(ไม่เก่ง)
เขาว่ายน้ำไม่ค่อยเป็น(ไม่ค่อยเก่ง)

แบบฝึกหัด ๑ จงใช้คำที่ให้ไว้แต่งประโยคตามตัวอย่าง（用下列短语仿照例句造句。）

ร้องเพลง	ร้องงิ้ว
เล่นกีตาร์	เต้นรำ
เล่นสเก๊ต	สูบบุหรี่
พูดภาษาไทย	พูดภาษาอังกฤษ
ขี่จักรยาน	ขับรถ
เล่นบิลเลียด	ขี่มอเตอร์ไซค์

แบบฝึกหัด ๒ จงทำประโยคในแบบฝึกหัด ๑ ที่ได้แต่งเรียบร้อยแล้วให้เป็นประโยคคำถามที่มีคำว่า“ไหม”หรือ“ไม่ใช่หรือ” พร้อมตอบคำถามด้วย（将练习一中造好的句子改为带有“ไหม”或“ไม่ใช่หรือ”的问句并给以回答。）

บทที่ ๑๗ งานรื่นเริง

สนทนา (คุยกันระหว่างหยางลี่กับเฉินชาง)

หยางลี่	ออกกำลังกายวันนี้เล่นอะไร
เฉินชาง	ว่ายน้ำ
หยางลี่	ชางว่ายน้ำเป็นไหม
เฉินชาง	ไม่ค่อยเป็น
หยางลี่	ห้องเราใครว่ายเก่งบ้าง
เฉินชาง	อี้กับหงว่ายเก่ง

(คุยกันระหว่างจางจิ้งกับฉางเฉียง)

จางจิ้ง	เพลงนี้เขียงร้องเป็นไหม
ฉางเฉียง	ยังไม่ค่อยเป็น
จางจิ้ง	ใครร้องเป็นบ้าง
ฉางเฉียง	หงร้องเป็น
จางจิ้ง	ห้องเราใครเล่นดนตรีเป็นบ้าง
ฉางเฉียง	ชางเล่นกีตาร์เก่ง

๒. ให้(ใคร)(ทำอะไร) 让（什么人）（干什么事）

ตัวอย่าง

ให้เขาเล่า

อาจารย์ให้ฉันอ่าน

แบบฝึกหัด ๑ จงใช้คำที่เรียนมาแล้วแต่งประโยคคนละ ๓ ประโยคตามตัวอย่าง（用学过的词汇仿照例句每人造三个句子。）

แบบฝึกหัด ๒ จงใช้คำที่เรียนมาแล้วแต่งประโยค “อาจารย์ให้ฉัน....” , “หัวหน้าชั้นให้เขา....” อย่างละ ๓ ประโยค（用อาจารย์ให้ฉัน....”, “หัวหน้าชั้นให้เขา....”各造三个句子。）

สนทนา (คุยกันระหว่างจางจิ้งกับเฉินชาง)

จางจิ้ง	ชางจะไปไหนหรือ
เฉินชาง	ไปห้องสมุด มี(ธุระ)อะไรหรือ
จางจิ้ง	วันนี้จิ้งไม่ได้ไปเรียน อาจารย์ให้เราทำการบ้านอะไรบ้างหรือเปล่า
เฉินชาง	อาจารย์ให้เราทำแบบฝึกหัดบทที่ ๑๖ และเตรียมบทใหม่

๓. ....ได้, ...ไม่ได้ 能（可以）……，不能……。用在谓语动词后，表示许可或可行与否。

ตัวอย่าง
บ่ายนี้ไม่มีเรียน ไปได้
บ่ายนี้มีเรียน ไปไม่ได้

แบบฝึกหัด จงใช้คำที่ให้ไว้แต่งประโยคตามตัวอย่าง （仿照例句用下列词或短语造句。）

๑) คืนนี้ไม่มีธุระ	ดูโทรทัศน์(ดูทีวี)
๒) นักเรียน	สูบบุหรี่
๓) วันอาทิตย์นี้ว่าง	กลับบ้าน
๔) โต๊ะตัวนี้ใหญ่	เล่นปิงปอง
๕) พรุ่งนี้เขาอยู่บ้าน	ไปเยี่ยมเขา
๖) ไม่มีธุระอะไรแล้ว	เลิกประชุม
๗) เครื่องเทปเสียเสียแล้ว	ใช้
๘) วอลเลย์บอลลูกนี้ไม่มีลม	เล่น
๙) ฝนตก	ไปไหน
๑๐) วันนี้ท้องเสีย	ไปเรียน

สนทนา (คุยกันระหว่างเพื่อนนักศึกษา)

- เราจะหัดร้องเพลงกันเมื่อไหร่ดี
- คืนนี้ว่าง หัดได้
- เวลาจะพอหรือ
- ก่อนเข้าเรียน(และ)หลังอาหารเย็นก็หัดได้นี่
- ตกลง

๔. ....เลย เลย是用在否定句中的语气助词，起强调否定的作用，经常跟 ไม่ 或 อย่า 搭配成为 ไม่....เลย 或 อย่า....เลย。

ตัวอย่าง ๑

ทำอย่างนี้ไม่ดีเลย
เพลงนี้ฉันไม่ชอบเลย

แบบฝึกหัด จงตอบคำถามต่อไปนี้โดยใช้รูปประโยค “........เลย” (用句型 “........เลย”回答下列问题。)

๑) ห้องเรียนของเธอใหญ่ไหม
๒) บทเรียนบทที่ ๑๕ ยากไหม
๓) ลายมือของเธอสวยมาก
๔) ร่างกายของเขาแข็งแรงไหม
๕) เธอเต้นรำเป็นไหม
๖) เขาพูดอะไรเธอเข้าใจไหม
๗) ปัญหาเหล่านี้ตอบยากไหม
๘) เธอร้องเพลงเพราะมาก

ตัวอย่าง ๒

อย่าไปเลย เขาไม่อยู่
อย่าร้อง(เพลง)เลย เขานอนกันแล้ว

แบบฝึกหัด จงใช้คำต่อไปนี้แต่งประโยคตามตัวอย่าง（仿照例句用下列词或短语造句。）

๑) ไปว่ายน้ำ   บ่ายนี้มีธุระ
๒) อ่าน   เริ่มประชุมแล้ว
๓) เอาไปผึ่งแดด   ฝนจะตกแล้ว
๔) ดื่ม   น้ำไม่สะอาด
๕) เกรงใจ   เรากันเอง
๖) บอกเขา   ให้เขาคิดเอง
๗) ใช้   มันสกปรก
๘) ถาม   เป็นความลับ

สนทนา (คุยกันระหว่างเฉินชางกับหวางหง)

เฉินชาง   หง งานรื่นเริงครั้งนี้ เราแสดงอะไรดี(ล่ะ)
หวางหง   รำวงเป็นไง
เฉินชาง   อย่าเลย เรารำไม่เป็น
หวางหง   ถ้างั้นร้องเพลงไทยเป็นไง
เฉินชาง   ดีเหมือนกัน แต่เอาดนตรีอะไรประกอบล่ะ
หวางหง   ชางเล่นกีตาร์ประกอบก็ได้นี่
เฉินชาง   เราเล่นไม่ค่อยเป็น
หวางหง   อย่าถ่อมตัวเลย

๕. ....**เมื่อไหร่(เมื่อไร)**   什么时候……？用于谓语之后，询问动作发生的时间。如果是问过去时间里发生的事，回答时在时间词前总要加 "เมื่อ"；如果是问将来的事，回答时就不需加 "เมื่อ"。

ตัวอย่าง
- เขามาเมื่อไหร่
- มาเมื่อเช้า

บทที่ ๑๗   งานรื่นเริง

- เขาจะมาเมื่อไหร่
- มาเย็นนี้

แบบฝึกหัด ๑   จงใช้คำที่ให้ไว้ตอบคำถามต่อไปนี้ (用所给词汇回答下列问题)

๑) เขากลับเมื่อไหร่
(เมื่อวาน เมื่อเช้าวาน เมื่อบ่ายวาน เมื่อเย็นวาน เมื่อคืน เมื่อเช้า เมื่อวานซืน เมื่อบ่ายวันศุกร์ เมื่อเช้าวันจันทร์)

๒) เขาจะกลับเมื่อไหร่
(บ่ายนี้ เย็นนี้ คืนนี้ เช้าพรุ่งนี้ เย็นพรุ่งนี้ คืนพรุ่งนี้ มะรืนนี้ เช้าวันอาทิตย์ คืนวันเสาร์)

แบบฝึกหัด ๒   จงทำประโยคต่อไปนี้ให้เป็นประโยคคำถามพร้อมทั้งตอบคำถามตามตัวอย่าง (仿照例句将下列句子改为问句并给以回答。)

๑) เขามาหาเธอ   ๒) เขากลับถึงมหาวิทยาลัย
๓) เธอพบเขา   ๔) เธอจะไปยืมหนังสือ
๕) เขาจะแข่งกัน   ๖) เขาจะไปซื้อสมุด
๗) เธอจะไปห้องสมุด   ๘) เราจะซ้อมกัน
๙) หนังเรื่องนี้จะฉาย   ๑๐) เธอไปเยี่ยมอาจารย์

สนทนา   (คุยกันระหว่างเพื่อน)

- สวัสดี
- อ้าว สวัสดี มาเมื่อไหร่
- เพิ่งถึง สบายดีหรือ
- สบายดี เธอล่ะ
- ก็สบายดี
- จะอยู่ที่นี่กี่วัน
- ๒-๓ วัน

- จะกลับเมื่อไหร่
- วันอาทิตย์นี้

๖. ....เรื่อง....　　用于电影、戏剧、小说、文章、书籍、故事等词之后，连接另一个词或短语，以说明前面电影、戏剧、小说、文章、书籍、故事等的名称。

ตัวอย่าง　　เราไปดูหนังเรื่อง"ซุนยัดเซน"

แบบฝึกหัด　　จงใช้คำว่า"เรื่อง" แทรกลงไปในประโยคต่อไปนี้ให้ถูกต้อง แล้วแปลเป็นภาษาจีน（将"เรื่อง"插入下列句子中，并将句子译成汉语。）

๑) หนัง"ซุนยัดเซน"เธอเคยดูหรือเปล่า
๒) หนัง"ซุนยัดเซน"ดีนะ
๓) เธอมีหนังสือ"สามก๊ก"ไหม
๔) วันนี้ฉายหนังอะไร
๕) เธอกำลังอ่านหนังสืออะไร
๖) เมื่อคืนเธอไปดูงิ้วปักกิ่งอะไร
๗) เขาจะแสดงละครอะไร
๘) วันนี้จะอ่านบทความอะไร
๙) หนังสือนี้สนุกมาก
๑๐) นิทานนี้สนุกไหม

สนทนา　　(คุยกันระหว่างเพื่อนนักศึกษา)

- คืนนี้มีหนังใช่ไหม
- มี ไปดูกันไหม
- หนังเรื่องอะไร
- เรื่อง "........" เขาว่าดีมาก

๗. ก่อน...., หลัง.... ……之前；……之后。

ตัวอย่าง ๑

ก่อนเข้าเรียนซ้อมได้
หลังอาหารเย็นก็ซ้อมได้

แบบฝึกหัด ๑ จงแต่งวลี"ก่อน...." "หลัง...." แล้วเติมลงในช่องว่างให้ได้ความสมบูรณ์（造出"ก่อน...." "หลัง...." 短语，然后填入下列句子的空格中。）

๑) ......ควรเตรียมให้ดี
๒) ......ต้องล้างมือให้สะอาด
๓) ......ฉันชอบฟังดนตรี
๔) ......เราชอบไปเดินเล่นกัน
๕) ......ฉันจะทบทวนเสียหน่อย
๖) ......เราจะไปถามปัญหาอาจารย์
๗) ......เตรียมตัวเสียหน่อย
๘) ......เราจะไปแข่งวอลเลย์บอล
๙) ......ต้องแปรงฟัน
๑๐) ......จะอาบน้ำ

ตัวอย่าง ๒

เราต้องทำให้เสร็จก่อน ๘ โมง
ฉันอยากคุยกับเขาหน่อยหลังอาหารเย็น

แบบฝึกหัด ๒ จงใช้รูปประโยคในตัวอย่าง ๒ ตอบคำถามต่อไปนี้（用例句2的句型来回答下列问题。）

๑) เธอจะไปเยี่ยมอาจารย์เมื่อไหร่
๒) เขาให้ทำเสร็จเมื่อไหร่
๓) อาจารย์ให้ส่งการบ้านเมื่อไหร่
๔) การแข่งขันบาสเกตบอลจะเริ่มเมื่อไหร่

๕) เขาตกลงไปพบกันที่โน่นเมื่อไหร่
๖) เราจะซ้อมเพลงกันเมื่อไหร่
๗) เขาหัดสนทนากันเมื่อไหร่
๘) เราจะประชุมกันเมื่อไหร่
๙) เธอจะไปโรงพยาบาลเมื่อไหร่
๑๐) เธอจะฟังเทปเมื่อไหร่

สนทนา (คุยกันระหว่างเพื่อนนักศึกษา)

- เราต้องหัดให้ได้ก่อนวันอาทิตย์ใช่ไหม
- ใช่
- จะซ้อมเมื่อไหร่ล่ะ
- คืนวันพุธกับบ่ายวันศุกร์
- เวลาคงไม่พอ
- ก่อนเข้าเรียนและหลังอาหารเย็นก็ซ้อมได้นี่ ใช่ไหม
- งั้นตกลงอย่างนี้นะ

๘. ....นี่   นี่ 用在句末是语气助词，多用于表示辩解的句子里，强调自己所说的理由。在口语中往往发成 เนี่ย 音。

ตัวอย่าง   รู้สึกว่าคำนี้เป็นคำใหม่
- คำนี้เคยเรียนแล้วนี่ อยู่ในบทที่ ๑๕ ไงล่ะ
กระดาษเหล่านี้ยังใช้ได้อยู่นี่ ทิ้งไปทำไม

แบบฝึกหัด ๑   จงเติมช่องว่างในคำตอบเพื่อเน้นความในเชิงโต้แย้ง (在答句中填入能使句子带有辩解意味的语气助词。)

๑) ปากกาของฉันอยู่ที่เธอไม่ใช่หรือ
- เธอเอาไปแล้ว........

๒) ทำไมทำอย่างนี้ล่ะ

- ทำอย่างนี้ก็ได้........

๓) จะไปเที่ยวเซียงซาน ทำไมไม่บอกเราบ้างล่ะ

- ก็เธอไม่ได้อยู่มหาวิทยาลัย........

๔) ทำไมไม่บอกเขาล่ะ

- เขารู้แล้ว........

๕) เธอไม่ได้บอกเขาใช่ไหม

- บอกแล้ว........

๖) เมื่อวานทำไมไม่มาประชุม

- เราไม่รู้........ ไม่เห็นมีใครบอก

แบบฝึกหัด ๒ จงใช้รูปประโยค"........นี่"มาโต้แย้งข้อความข้างล่างนี้（用带有辩解意味的"........นี่"句型来回应下列句子。）

๑) สมุดอย่างนี้ไม่ดีเลย

๒) กระป๋องน้ำใบนี้ไม่สวย

๓) อาจารย์ให้ซื้อสมุดคัดลายมือ ทำไมเธอยังไม่ซื้อ

๔) เขาเล่นปิงปองได้ไม่ค่อยดี

๕) เขาร้องได้ไม่ค่อยเพราะ

๖) เขาว่าเมื่อวานเธอไม่ได้ไปเรียนวิชาประวัติศาสตร์

๗) เธอไม่ได้ส่งการบ้านใช่ไหม

๘) เธอไม่ได้บอกเขาใช่หรือเปล่า

๙) เธอยังไม่ได้เตรียมใช่ไหม

๑๐) หนังเรื่องนี้เรายังไม่เคยดูใช่ไหม

สนทนา (คุยกันระหว่างเพื่อนนักศึกษา)

- คำนี้ยังไม่เคยเรียนไม่ใช่หรือ

- เคยเรียนแล้วนี่ อยู่ในบทที่ ๑๔ ไงล่ะ

- เออ จริง
- ปากกาของฉันอยู่ที่เธอใช่หรือเปล่า
- ฉันคืนแล้วนี่

บทสนทนา

(คุยกันระหว่างฉางเฉียง จางจิ้ง หวางหง-หัวหน้าฝ่ายบันเทิง และเฉินชาง-หัวหน้าชั้น)

ฉางเฉียง	คืนวันเสาร์นี้คณะเราจะมีงานรื่นเริงใช่ไหม
เฉินชาง	ใช่
ฉางเฉียง	สาขาเราเตรียมอะไรดีล่ะ
หวางหง	ร้องเพลงไทยเป็นไง
จางจิ้ง	จะร้องเพลงอะไรล่ะ
หวางหง	เพลง"บัวขาว" กับ"ลอยกระทง"เป็นไง
ฉางเฉียง	สองเพลงนี้ดี แต่เรายังร้องไม่เป็น
จางจิ้ง	ไม่เป็นไร หงเขาร้องเป็น ให้หงสอนก็ได้
ฉางเฉียง	เราควรหาดนตรีมาประกอบ
หวางหง	ชางเล่นกีตาร์เก่ง เอากีตาร์ประกอบเป็นไง
จางจิ้ง	ก็ดีเหมือนกัน
เฉินชาง	เรายังเล่นได้ไม่ค่อยดี
จางจิ้ง	อย่าถ่อมตัวเลย
ฉางเฉียง	จะซ้อมเมื่อไหร่ดี
เฉินชาง	คืนวันพุธกับบ่ายวันศุกร์ว่าง ซ้อมได้
ฉางเฉียง	เวลาคงไม่พอ
หวางหง	ก่อนเข้าเรียนและหลังอาหารเย็นก็ซ้อมได้นี่
เฉินชาง	งั้นตกลงซ้อมคืนวันพุธ ก่อนเข้าเรียนเช้าและหลังอาหารเย็นวันพฤหัสฯ อึม....บ่ายวันศุกร์ด้วย ขอให้ทุกคนมาพร้อมกันนะ

(คุยกันระหว่างหยางลี่กับหลี่เวย์)

หยางลี่	คืนนี้มีหนังใช่ไหม
หลี่เวย์	ใช่ ไปดูกันไหม
หยางลี่	เรื่องอะไร
หลี่เวย์	เรื่อง "........" เขาว่าดีมาก ลี่ไปดูไหม
หยางลี่	ไปก็ไป ซื้อตั๋วที่ไหน
หลี่เวย์	ที่สโมสรนักศึกษา
หยางลี่	หนังฉายกี่ทุ่ม
หลี่เวย	ทุ่มครึ่ง

แบบฝึกหัด

๑. แบบฝึกหัดออกเสียง

๑) จงหัดอ่านออกเสียงต่อไปนี้ให้ถูกต้อง(ควรสนใจเป็นพิเศษกับ สระ -ู โ- -อ และ เ-า)

(๑) สู้ คุณ ถู พูด หู สมุด ประตู ทุ่ม ทุก

(๒) บท โน่น โต๊ะ ตกลง ลม คง ดนตรี สนใจ ชั่วโมง

(๓) ก่อน หน่อย พอ ต้อง ซ้อม ก็ ถ่อมตัว ค่อย สโมสร ประกอบ สอง ชอบ

(๔) เข้าเรียน เช้า เอา เรา เขา วันเสาร์ หรือเปล่า

๒) จงหัดอ่านพยัญชนะเสียงควบกล้ำต่อไปนี้ให้ถูกต้อง

(๑) กลับ เพลง เปล่า คล่อง กลางวัน กลางคืน

(๒) ครับ เครื่อง กระเป๋า ตรง เตรียม ประตู เกรงใจ กระดาษ แปรงฟัน ครึ่ง ประวัติศาสตร์ ประเดี๋ยว พร้อม วันพฤหัสฯ อังกฤษ ใคร ครู

(๓) กวาด กว้าง ความลับ ความหมาย

๒. จงตอบคำถามต่อไปนี้

๑) เธอชอบเล่นดนตรีไหม

๒) ชั้นเราใครชอบเล่นดนตรีมั่ง

๓) เธอเล่นกีตาร์เป็นไหม

๔) ชั้นเราใครเล่นกีตาร์เก่ง

๕) เธอร้องเพลงไทยเป็นไหม

๖) มหาวิทยาลัยเราฉายหนังวันไหนบ้าง

๗) อาทิตย์ที่แล้วเธอไปดูหนังกันหรือเปล่า

๘) อาทิตย์ที่แล้วเขาฉายหนังเรื่องอะไร

๙) เร็ว ๆ นี้ คณะเราจะมีงานรื่นเริงไหม

๑๐) สาขาเราเตรียมจะแสดงอะไร

๑๑) จะซ้อมกันเมื่อไหร่

๑๒) มีดนตรีประกอบไหม

๓. จงแปลประโยคต่อไปนี้เป็นภาษาไทย

1. 你会什么乐器？

2. 她二胡（ซออู้）拉得很棒。

3. 今天下午能去看电影吗？

4. 他说他什么时候回来了吗？

5. 别去了，他不在宿舍。

6. 我们决定晚上八点在大门口见面。

7. 泰语我还说得不太好。我觉得发音很难。

8. 我们应该学好泰语。

9. 《……》这本书写得真好。

10. 电影《……》真有意思。

๔. จงจำคำศัพท์ต่อไปนี้ให้ได้

อย่า　　别　　　อยู่　　在　　　อย่าง　　样　　　　อยาก　　想, 欲

๕. จงอ่านข้อความต่อไปนี้

บทที่ ๑๗ งานรื่นเริง

บันทึกประจำวัน

คืนวันเสาร์ที่........

บ่ายวันนี้ คณะเราจัดงานรื่นเริงที่ห้องประชุม ในงานรื่นเริงนี้มีการแสดงหลายอย่าง เช่นดนตรี ระบำ ละครพูด และร้องเพลง สาขาเราร้องเพลงไทย หัวหน้าชั้นเล่นกีตาร์ประกอบ เขาชมว่าเราร้องได้ดีมาก เพลงก็เพราะดี

ตอนกลางคืน คณะเราฉายหนังภาษาอังกฤษ ฉันฟังรู้เรื่องบ้าง ไม่รู้เรื่องบ้าง แต่พอเข้าใจเรื่องได้

ศัพท์และวลี

รื่นเริง	欢乐	งานรื่นเริง	联欢会
เป็น	会	เก่ง	棒；能干
เพลง	歌曲	งิ้ว	戏
กีตาร์	吉他	เต้นรำ	跳舞（多指交谊舞）
สูบ	抽, 吸		
บุหรี่	香烟	ขี่	骑
จักรยาน(จัก-กระ-ยาน)	自行车	ขับ	驾驶
		รถ	车
มอเตอร์ไซค์	摩托车	เล่า	讲, 叙述
ธุระ	事务	เครื่องเทป	录音机, 收录机
เสีย	坏		
....เสียแล้ว	已经……了	ลูก	个（量词）
ลม	风；气	ฝน	雨
ตก	落, 掉下	ท้อง	肚子
ท้องเสีย	拉肚子	เมื่อไหร่	=เมื่อไร 什么时候
พอ	够		
อาหารเย็น	晚饭	ตกลง	决定
เพราะ	悦耳, 动听	อย่า	别, 不要

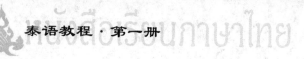

เกรงใจ	客气	กันเอง	自己人，不是外人
มัน	它		
ความลับ	秘密	ครั้ง	次
แสดง	表演	รำ	舞蹈（动词）
รำวง	跳南旺舞（圈舞）	ประกอบ	配合；（此处指）伴奏
ถ่อมตัว	谦虚	ซ้อม	排练
เรื่อง	事情；事情、小说、故事、电影等的量词	ซุนยัดเซน	孙中山（孙逸仙）
		สามก๊ก	三国
		ละคร	剧
บทความ	文章	สนุก	有趣
นิทาน	故事	เดิน	行走
เดินเล่น	散步	เตรียมตัว	做准备
คง	可能，大概	....ไงล่ะ	不是…吗
กระป๋อง	口杯；罐头	ใบ	个（量词）
ฝ่าย	方面	บันเทิง	娱乐
หัวหน้าฝ่ายบันเทิง	文娱委员	บัวขาว	白莲花(歌曲名)
ลอยกระทง	漂水灯（歌曲名）		
		ขอให้....	请（求）
พร้อม	（人）齐，齐备	เขา	人家
		ว่า	说
เขาว่า	据说	สโมสร	俱乐部
เร็วๆนี้	近来，最近	....ที่แล้ว	过去了的，上一（年、月、星期）
บันทึก	记录		
ประจำวัน	每日的		
บันทึกประจำวัน	日记	ระบำ	（成套的）舞蹈
ละครพูด	话剧		
ชม	赞扬，称赞		

บทอ่านประกอบ

เมื่อแม่และมานีกลับจากตลาดก็เข้าครัว ในครัวมีเตา มีตู้ใส่กับข้าวอยู่ข้างฝา ของทุกอย่างสะอาด เพราะแม่ทำความสะอาดอยู่เสมอ

มานีชอบดูแม่ทำกับข้าว เพราะอยากทำกับข้าวเก่งเหมือนแม่ จึงช่วยแม่ล้างผัก หม้อ กระทะ และช่วยตักน้ำ บางทีก็พัดไฟในเตาให้

มานะกับพ่อกำลังทำงานอยู่ในสวนหลังบ้าน พ่อปลูกผักหลายอย่าง มานะช่วยตักน้ำรดผัก พ่อปลูกพริกและมะเขือด้วย มานะชอบดูดอกมะเขือสีม่วง พ่อเก็บพริกแก่ไปให้แม่เก็บไว้ทำกับข้าวเวลาจะแกง

แม่เลือกใช้แต่พริกแห้งสีแดง น้ำพริกแกงในครกจึงมีสีแดงน่ากิน แม่ชอบแกงปลาใส่มะเขือ

ถ้าในสวนมีหญ้ารกมาก ต้นไม้จะไม่งาม พ่อจึงต้องเอาหญ้าออกอยู่เสมอ พ่อสอนให้มานะรู้จักใช้จอบและเสียมทำสวน มานะใช้เสียมแซะกอหญ้าให้รากมันออกมาด้วย เขาเก็บหญ้าแห้งไปไว้ที่ใต้ต้นไม้ใกล้รั้ว มีคางคกหลายตัวกระโดดออกมาจากริมรั้ว มานะไม่กลัวคางคก จึงนั่งพักใต้ต้นไม้

พอทำกับข้าวเสร็จ แม่ก็ให้มานีไปบอกพ่อกับมานะให้มากินข้าว พ่อกับมานะขอไปอาบน้ำก่อน เมื่อกำลังกินข้าวอยู่ พ่อบอกกับแม่ว่า มานะช่วยทำงานได้มาก ช่วยปลูกผัก ตักน้ำรดผัก และแซะรากหญ้า แม่บอกว่า ถ้าปลูกผักได้มาก ๆ แม่กับมานีจะเอาไปขายที่ตลาด มานะเล่าให้มานีฟังว่า เขาไปช่วยพ่อทำงานในสวน พบคางคกหลายตัว แล้วเขาก็ทำท่ากระโดดเหมือนคางคำ แม่บอกว่าอย่าเล่นเวลากินข้าว

ศัพท์และวลีในบทอ่าน

เมื่อ.....ก็.....	……后，就……	ครัว	厨房
เตา	炉子	ตู้	橱柜
ใส่	放入	ข้าง	边

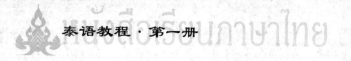

ฝา	（墙）壁
ผัก	蔬菜
กระทะ	炒锅、炒勺等锅具
พัด	扇；扇子
สวน	园子
รด	浇
มะเขือ	茄子
สี	颜色
เก็บ	摘；收
แกง	汤；做汤
....แต่	只……
แดง	红
ครก	臼
หญ้า	草
ต้นไม้	树
ออก	出
รู้จัก	认识，知道，懂得
ทำสวน	干园子里的活
กอหญ้า	草丛
ใกล้	近
คางคก	癞蛤蟆
ริม	边缘
พอ....ก็....	一……就……
ท่า	样子
(....อยู่)เสมอ	经常，常常
หม้อ	饭锅、蒸锅、炖锅等锅具
ตัก	舀
พ่อ	爸爸
ปลูก	种
พริก	辣椒
ดอก	花儿
ม่วง	紫
แก่	老
เลือก	挑选
แห้ง	干
น้ำพริก	辣椒酱
ถ้า	如果
รก	杂乱；荒芜
งาม	美，茂盛
เอาหญ้าออก	去除杂草
จอบ	锄头
เสียม	铲子
แซะ	铲
ราก	根
รั้ว	篱笆
กระโดด	跳
กลัว	怕
มาก	多
ทำท่า	装成...样子

บทที่ ๑๘ ทักทายปราศรัย

รูปประโยคและการใช้คำ

๑. ฝากความคิดถึง(ไป、มา)ถึง....ด้วย   向……问好（问候）。

ตัวอย่าง ๑   ขอฝากความคิดถึง(ไป)ถึงคุณทวีด้วยนะครับ(คะ)

แบบฝึกหัด   จงใช้คำต่อไปนี้แต่งประโยคตามตัวอย่าง（用下列词汇仿照例句造句。）

อาจารย์	พี่	คุณพ่อคุณแม่	เพื่อน
ทุก ๆ คน	คุณหลี่	คุณอา	คุณน้า
คุณลุง	คุณป้า		

ตัวอย่าง ๒   ......ฝากความคิดถึง(มา)ถึงคุณ(เธอ ....)ด้วย

แบบฝึกหัด   จงใช้คำที่ให้ไว้แต่งประโยคตามตัวอย่าง

๑) เขา, เธอ   ๒) เขา, อาจารย์
๓) เขา, เราทุกคน   ๔) เขา, พี่
๕) คุณพ่อ, อาจารย์   ๖) อาจารย์, นักศึกษาทุกคน

สนทนา   (คุยกันระหว่างอาจารย์กับหยางลี่)

อาจารย์   คุณพ่อคุณแม่ของเธอสบายกันดีหรือ
หยางลี่   สบายดีค่ะ ท่านฝากความคิดถึง(มา)ถึงอาจารย์ด้วย

อาจารย์	ขอบคุณมาก เธอกลับบ้านเมื่อไร ช่วยฝากความคิดถึงไปถึงคุณพ่อคุณแม่เธอด้วยนะ

๒. ....(สั่ง, บอก)ให้(ใคร)(ทำอะไร) 与第十七课中的 "ให้(ใคร) (ทำอะไร)" 句型相似。不同的是前面还有一个表示要求、告知、允许、命令等方面意思的动词。

ตัวอย่าง

อาจารย์สั่งให้เธอไปเที่ยวที่บ้านอาจารย์บ้าง
หัวหน้าชั้นบอกให้เราส่งการบ้าน

แบบฝึกหัด จงใช้ประโยคต่อไปนี้แต่งเป็นประโยค"(กริยา)ให้...."ตามตัวอย่าง
(用下列句子造一个包含 "（动词）ให้...." 的句子。)

๑) เราไปกินข้าว
๒) เราไปฟังเทป
๓) ฉันไปหัดสนทนากับใคร
๔) ฉันกลับบ้านวันนี้
๕) เราไปซ้อมกันที่ไหนเมื่อไหร่
๖) เราทำความสะอาดกันวันไหน
๗) เราช่วยแก้ไขการออกเสียงซึ่งกันและกัน
๘) เราทำให้เสร็จก่อนเลิกเรียน

สนทนา (คุยกันระหว่างหวางหงกับจางจิ้ง)

หวางหง	คุณพ่อคุณแม่ของจิ้งสบายกันดีหรือ
จางจิ้ง	สบายดี ท่านฝากความคิดถึง(มา)ถึงหงด้วย
หวางหง	ขอบคุณมาก หงไม่ได้ไปเยี่ยมท่านนานแล้ว คิดถึงท่านมาก
จางจิ้ง	ท่านก็คิดถึงหงเหมือนกัน ท่านยังบอกให้หงไปเที่ยวที่บ้านบ้าง
หวางหง	ขอบคุณ ว่างเมื่อไร หงจะไปแน่

๓. ต้อง....   要……，必须……。要注意与表示"将要"意思的"จะ"的区别。

ตัวอย่าง
> เราต้องจัดเวลาให้ดี
> ไม่ต้องเกรงใจ

แบบฝึกหัด ๑ จงเติมคำว่า "ต้อง" หรือ "ไม่ต้อง" ลงไปในประโยคต่อไปนี้ให้ถูกต้อง （将"ต้อง"或"ไม่ต้อง"加入下列句子中。）

> ๑) เธอกลับวันนี้
> ๒) เราสามัคคีกัน
> ๓) เรื่องนี้บอกเขาไหม
> ๔) เธอไปโรงพยาบาล
> ๕) เราออกกำลังกายกันทุกวัน
> ๖) เธอรอเขา เขากลับเองได้
> ๗) อาจารย์บอกว่าคัดตอนนี้ไม่ใช่หรือ
> ๘) เขาจะไปเป็นเพื่อนด้วย เธอกลัว
> ๙) เขาคงไม่เป็นไร เธอเป็นห่วง
> ๑๐) อาจารย์สั่งว่าทำให้เสร็จก่อนเลิกเรียน

แบบฝึกหัด ๒ จงใช้คำว่า"ต้อง"หรือ"จะ"เติมลงไปในประโยคต่อไปนี้ให้ถูกต้อง บางประโยคใช้ได้ทั้ง ๒ คำ จงบอกว่าความหมายต่างกันอย่างไรบ้าง （将"ต้อง"或"จะ"加在下列句子中。有些句子既可加"ต้อง"又可加"จะ"，请说明意义上有何区别。）

> ๑) เธอพักให้ดี
> ๒) เธอไปด้วยไหม
> ๓) เธอทำงานให้ดี
> ๔) ฉันไปคุยกับเขาหน่อย
> ๕) รถถึงแล้ว
> ๖) ฝนคงตก

๗) ฉันกลับก่อนเที่ยง

๘) เขาบอกว่าไปกันทุกคน

๙) จวนถึงเวลาเรียนแล้ว

๑๐) บ่ายนี้ฉันไปเยี่ยมท่าน

๑๑) เทอมนี้เราเรียน ๕ วิชา

๑๒) เราเรียนวิชาประวัติศาสตร์ไทยด้วยไหม

๑๓) พรุ่งนี้ฉายหนังเรื่องอะไร

๑๔) หนังเลิกแล้ว

๑๕) เราออกเสียงให้ชัด คัดให้สวย

๔. ....อีก   又……，再……，还……。....อีก 表示又一次或另外有什么补充。后面可以跟一个数量短语，表示需要补充的数量。

ตัวอย่าง ๑
เมื่อวานฝนตกหนัก วันนี้ตกอีก
เมื่อวานซ้อมแล้ว วันนี้จะซ้อมอีกไหม

แบบฝึกหัด จงเติมคำว่า "อีก" ลงไปในประโยคต่อไปนี้ แล้วแปลเป็นภาษาจีน
（在下面的句子里加上"อีก"并将句子译成汉语。）

๑) เขามาแล้ว

๒) เขาป่วยแล้ว

๓) อ่าน ๒ เที่ยวแล้ว แต่ก็ยังอยากอ่าน

๔) เคยดู ๒ ครั้งแล้ว ไม่อยากดูแล้ว

๕) มีอะไรจะให้ฉันช่วยไหม

ตัวอย่าง ๒
คุณจะซื้ออะไรอีกไหมคะ
ดิฉันยังมีปัญหาอีกค่ะ

แบบฝึกหัด จงเติมคำว่า "อีก" ลงไปในประโยคต่อไปนี้แล้วแปลเป็นภาษาจีน
（在下面的句子里加上"อีก"并将句子译成汉语。）

บทที่ ๑๘ ทักทายปราศรัย

๑) จะกินอะไรไหม
๒) อิ่มแล้ว ไม่อยากกินอะไรแล้ว
๓) ขอบคุณค่ะ ไม่มีปัญหาอะไรแล้วค่ะ
๔) พจนานุกรมจีน-ไทยยังมีไหม
๕) วันเสาร์นี้จะทำความสะอาดห้องกันไม่ใช่หรือ

ตัวอย่าง ๓

นั่งอีกสักประเดี๋ยวสิคะ
อยากไปยืมหนังสืออีก ๒-๓ เล่ม

แบบฝึกหัด จงใช้คำที่ให้ไว้แต่งประโยคตามตัวอย่าง （用所给词或短语仿照例句造句。）

๑) ฉันไปซื้อข้าว, จาน
๒) พักได้, ๑๐ นาที
๓) หนังเรื่องนี้ฉันอยากดู, ครั้ง
๔) พรุ่งนี้จะแข่งกับเขา, ครั้ง
๕) ฟัง ๑ เที่ยวยังไม่ค่อยเข้าใจ, ต้องฟัง, ๒-๓ เที่ยว
๖) อยากจะถามปัญหา, ๒-๓ ข้อ

สนทนา (นักศึกษาไปเยี่ยมแขกที่ห้องพัก)

- จวน ๕ โมงแล้ว ผมเห็นจะต้องกลับละครับ
- นั่งอีกประเดี๋ยวสิครับ
- ไม่นั่งละครับ ผมยังมีธุระอยู่หน่อย
- งั้นเชิญครับ

๕. ....ใหม่ 重（新）……，再……。表示重做一次。

ตัวอย่าง

๑) ผมพูดผิด ผมจะพูดใหม่
๒) คัดไม่สวย ฉันจะคัดใหม่
๓) เขียนไม่ดี ฉันจะเขียนใหม่
๔) ฟังไม่ชัด กรุณาพูดใหม่อีกครั้งค่ะ
๕) คำนี้เธอยังออกเสียงไม่ค่อยชัด ลองอ่านใหม่ดูซิ
๖) ลาละครับ วันหลังพบกันใหม่
๗) ดิฉันกลับละนะคะ วันหลังค่อยมาใหม่
๘) ใช้ไม่ได้ เอาใหม่

แบบฝึกหัด ๒ จงพิจารณาดูว่า ประโยคข้างล่างนี้ประโยคไหนถูก ประโยคไหนผิด และแก้ประโยคผิดให้ถูก (判断一下下列句子是否正确并将错误的句子改正过来。)

๑) พอหรือยัง เอาใหม่หน่อยไหม
๒) ผิดไม่เป็นไร พรุ่งนี้ค่อยทำอีก
๓) เมื่อวานแพ้เขา วันนี้แพ้เขาอีก
๔) ถ้ารู้สึกว่ายังไม่พอ ซื้อใหม่ก็ได้
๕) ประโยคนี้ไม่ถูก โปรดแต่งใหม่
๖) รู้แล้วทำไมมาถามใหม่
๗) ทีหลังอย่าผิดอีกนะคะ
๘) เสียงไม่ค่อยชัด ดูเหมือนต้องอัดอีก
๙) วันนี้จะเรียนรูปประโยคใหม่อีกหลายรูปประโยค
๑๐) พูดยังไม่คล่อง ลองพูดอีกซิครับ
๑๑) ควรจะซ้อมใหม่ครั้งหนึ่ง
๑๒) ไม่ระวัง จึงผิดใหม่

สนทนา (คุยกันระหว่างเพื่อน)

- นั่งอีกสักประเดี๋ยวสิ
- ไม่นั่งละ ฉันยังมีธุระอยู่หน่อย วันหลังค่อยมาใหม่

- ฝากความคิดถึงไปถึงคุณพ่อคุณแม่เธอด้วยนะ
- ฮ่ะ ลาละ วันหลังพบกันใหม่
- สวัสดี
- สวัสดี

๖. **การบอกเวลา** 泰语中时点词的书面语形式比较规范，但口语形式则比较复杂，必须多练。下面是书面语和口语的对应表：

书面语	口语
๐๑.๐๐ น.(นาฬิกา)	ตี ๑
๐๒.๐๐ น.(นาฬิกา)	ตี ๒
๐๓.๐๐ น.(นาฬิกา)	ตี ๓
๐๔.๐๐ น.(นาฬิกา)	ตี ๔
๐๕.๐๐ น.(นาฬิกา)	ตี ๕
๐๖.๐๐ น.(นาฬิกา)	ตี ๖ (หรือ ๖ โมง , ย่ำรุ่ง)
๐๗.๐๐ น.(นาฬิกา)	๗ โมงเช้า
๐๘.๐๐ น.(นาฬิกา)	๒ โมงเช้า (หรือ ๘ โมง)
๐๙.๐๐ น.(นาฬิกา)	๓ โมงเช้า (หรือ ๙ โมง)
๑๐.๐๐ น.(นาฬิกา)	๔ โมงเช้า (หรือ ๑๐ โมง)
๑๑.๐๐ น.(นาฬิกา)	๕ โมงเช้า (หรือ ๑๑ โมง)
๑๒.๐๐ น.(นาฬิกา)	เที่ยง (หรือ เที่ยงวัน)
๑๓.๐๐ น.(นาฬิกา)	บ่ายโมง
๑๔.๐๐ น.(นาฬิกา)	บ่าย ๒ โมง
๑๕.๐๐ น.(นาฬิกา)	บ่าย ๓ โมง
๑๖.๐๐ น.(นาฬิกา)	บ่าย ๔ โมง (หรือ ๔ โมงเย็น)
๑๗.๐๐ น.(นาฬิกา)	บ่าย ๕ โมง (หรือ ๕ โมงเย็น)
๑๘.๐๐ น.(นาฬิกา)	๖ โมงเย็น (หรือ ย่ำค่ำ)
๑๙.๐๐ น.(นาฬิกา)	๑ ทุ่ม
๒๐.๐๐ น.(นาฬิกา)	๒ ทุ่ม

๒๑.๐๐ น.(นาฬิกา)	๓ ทุ่ม
๒๒.๐๐ น.(นาฬิกา)	๔ ทุ่ม
๒๓.๐๐ น.(นาฬิกา)	๕ ทุ่ม
๒๔.๐๐ น.(นาฬิกา)	เที่ยงคืน (หรือ สองยาม)

（注：在实际生活中，上午或者下午说话时如果语言环境很清楚，使用者往往不加“เช้า”或“บ่าย”。比如上午只说“๘ โมง ๕๐ แล้ว เร็ว ๆ เข้าเถอะ”或者下午只说“ ๒ โมง ๑๕ แล้ว จะทันหรือ”，都不会因此而产生误解。）

ตัวอย่าง

เขาว่าเขาจะมาราวบ่ายโมง

๖ โมงเย็นแล้ว ร้านปิดหรือยังก็ไม่รู้

พรุ่งนี้เราออก ๒ โมงเช้านะ

ทุ่ม ๑๕ แล้ว ยังไม่ไปหรือ

ก่อนตี ๕ หลัง ๕ ทุ่มไม่มีรถเมล์

กี่โมงแล้ว - เพิ่งตี ๓ เอง นอนเถอะ

เขาแข่งกันตอนไหน - ๔ โมงเย็น

นาฬิกาเธอเวลาเท่าไหร่แล้ว

- เที่ยง ๒๐

ปกติเธอนอนกี่โมง - ราว ๕ ทุ่มครึ่ง

ปกติเธอตื่นนอนกี่โมง - ๖ โมง

แบบฝึกหัด จงตอบคำถามต่อไปนี้（回答下列问题。）

๑) เธอตื่นนอนกี่โมง

๒) เธอกินอาหารเช้ากี่โมง

๓) ตอนเช้าเธอเรียนถึงกี่โมง

๔) ตอนบ่ายเลิกเรียนกี่โมง

๕) เธอออกกำลังกายตอนไหน

๖) อาหารเย็นเธอกินกี่โมง

๗) หนังวันนี้เขาฉายกี่ทุ่ม
๘) เธอนอนกี่ทุ่ม
๙) นาฬิกาเธอกี่โมงแล้ว
๑๐) เวลาเท่าไหร่แล้ว

บทสนทนา

(ลู่กาง เพื่อนนักเรียนเก่าคนหนึ่งของเฉินชาง ซึ่งกำลังเรียนหนังสืออยู่ในวิทยาลัยอาชีวศึกษาแห่งหนึ่ง วันนี้มาเยี่ยมเฉินชางที่มหาวิทยาลัยปักกิ่ง)

ลู่กาง	สวัสดีเฉินชาง
เฉินชาง	อ้อ สวัสดี
ลู่กาง	ไม่ได้เจอะกันเสียนาน เป็นไง สบายดีหรือ
เฉินชาง	สบายดี เธอล่ะ
ลู่กาง	สบายดีเหมือนกัน
เฉินชาง	นั่งสิ กินข้าวหรือยัง
ลู่กาง	เรียบร้อยแล้ว
เฉินชาง	งั้นกินน้ำชาเถอะ
ลู่กาง	ชีวิตในมหาวิทยาลัยเป็นไงมั่ง
เฉินชาง	ไม่เลว
ลู่กาง	เรียนหนักไหม
เฉินชาง	หนักพอดู แล้วของเธอล่ะ
ลู่กาง	ก็หนักเหมือนกัน
เฉินชาง	คุณพ่อคุณแม่ของเธอสบายกันดีหรือ
ลู่กาง	สบายดี พ่อแม่ฝากความคิดถึงมาถึงเธอด้วย
เฉินชาง	ขอบคุณมาก เราไม่ได้ไปเยี่ยมท่านนานแล้ว คิดถึงมาก
ลู่กาง	พ่อแม่ก็คิดถึงเธอเหมือนกัน ยังชวนเธอไปเที่ยวที่บ้านบ้าง
เฉินชาง	ขอบคุณ ว่างเมื่อไร เราไปแน่

(หลังจากคุยกันนานพอสมควรแล้ว)

ลู่กาง　　เออ จวน ๕ โมงแล้ว ฉันเห็นจะต้องกลับละ

เฉินชาง　　นั่งอีกสักประเดี๋ยวสิ

ลู่กาง　　ไม่นั่งละ ฉันยังมีธุระอยู่หน่อย วันหลังค่อยมาใหม่

เฉินชาง　　ฝากความคิดถึงไปถึงคุณพ่อคุณแม่เธอด้วยนะ

ลู่กาง　　โอเค ฉันลาละ วันหลังพบกันใหม่

เฉินชาง　　สวัสดี

ลู่กาง　　สวัสดี

แบบฝึกหัด

๑. แบบฝึกหัดการออกเสียง

๑) จงสนใจออกเสียง ไ- -าย แ- ให้ถูกต้อง

(๑) ใคร สบาย แขน ใช่ไหม ไม่ แม่ ไม่ได้ แดด ใต้ แต่ง ใหม่ ใน แขก ให้ แข่ง แต่ ฉาย

(๒) แฉ - ฉาย - ใช่

แม่ - ม่าย - ไม่

แก - กาย - ไก

แส - สาย - ใส

แค่ - ขาย - ไข

๒) จงหัดอ่านออกเสียงคำต่อไปนี้ให้ถูกต้อง

(๑) อั้น - งั้น	อ้าย - ง่าย	อู - งู
อาน - งาน	เอา - เงา	
(๒) ใบ - ไม	บัว - มัว	บาย - มาย
บวก - หมวก	เบา - เมา	

๒. จงใช้คำต่อไปนี้แต่งประโยคคำละ ๓ ประโยค

๑) ......นาน　　๒) ......พอดู　　๓) จวนจะ......

๔) เห็นจะ......　　๕) ......อีกสักประเดี๋ยว

๓. จงใช้คำต่อไปนี้แต่งประโยคคำละ ๒ ประโยค

๑) ต้อง - จะ ๒) อีก - ใหม่

๔. จงแปลประโยคต่อไปนี้เป็นภาษาไทย

1. 他向你问好。
2. 向他问个好。
3. 小吴问你好。
4. 请向老师问好。
5. 老师叫我们每天早晨练习发音。
6. 老师让我们今天把作业做完。
7. 班长告诉我，让我下午去找老师。
8. 爸爸让我今天晚上回家。

๕. จงหัดสนทนากันตามใจความดังต่อไปนี้

ก.กับข.เป็นเพื่อนนักเรียนเก่าในโรงเรียนมัธยม เดี๋ยวนี้ก.เรียนภาษาไทยในมหาวิทยาลัยปักกิ่ง ข.เรียนภาษาอังกฤษในมหาวิทยาลัยภาษาต่างประเทศปักกิ่ง วันหนึ่ง ก.ไปเยี่ยมข.ที่มหาวิทยาลัยภาษาต่างประเทศปักกิ่ง หลังจากทักทายกันแล้วก.ก็ถามข.ว่า การเรียนหนักไหม ข.ตอบว่าหนักพอดู แล้วข.ก็ถามก.ว่า ทางมหาวิทยาลัยปักกิ่งเป็นอย่างไรบ้าง ก.บอกว่า ก็หนักพอดูเหมือนกัน ก.ถามข.ว่าเรียนวิชาอะไรบ้าง ข.ตอบว่า เรียนวิชาภาษาอังกฤษ วิชาการเมือง และวิชาพลศึกษา ข.ถามก.ว่า เริ่มเรียนภาษาไทยหรือยัง ก.บอกว่า เริ่มเรียนแล้ว ข.ถามต่อว่าภาษาไทยเรียนยากไหม ก.ตอบว่า รู้สึกว่าภาษาไทยออกเสียงยาก แต่เพื่อนนักศึกษาพยายามหัดออกเสียงกันทุกคน เขาสองคนคุยกันอีกครู่หนึ่ง ก.ก็ขอลากลับ และชวนข.ไปเที่ยวที่มหาวิทยาลัยปักกิ่งด้วย

๖. จงคัดข้อความในแบบฝึกหัด ๕

ศัพท์และวลี

ทักทาย	寒暄	ทักทายปราศรัย	寒暄
ฝาก	委托，托带；寄放	คิดถึง	想念
		ความคิดถึง	想念

ฝากความคิดถึง(ไปมา)ถึง....ด้วย	向……问好
แม่	妈妈
น้า	舅或姨（妈妈的弟弟或妹妹）
ป้า	姑或姨（爸爸或妈妈的姐姐）
แก้ไข	改，纠正
....ซึ่งกันและกัน	互相……
เที่ยว	玩，游玩
แน่	一定
....เป็นเพื่อน	做伴
เป็นห่วง	担心
เลิก	散（会、场）
ป่วย	生病
สัก....	（后接数字，表一个概数）
ใหม่	重新，再
ผิด	错
ลอง	试
ลา	告辞
เอาใหม่	重来
แพ้	失败
แต่ง	造（句）
อัด	压，挤，塞（进去）
พี่	哥哥；姐姐
พ่อ	爸爸
อา	叔或姑（爸爸的弟弟或妹妹）
ลุง	伯父或舅（爸爸或妈妈的哥哥）
บ้าน	家
สั่ง	吩咐，命令，交待
ท่าน	他；她（尊称）
สามัคคี	团结
กลัว	怕
เทอม	学期
หนัก	重；（雨）大
อิ่ม	饱
ประเดี๋ยว	一会儿
เห็นจะ	看来
....ละ	了（表决定、肯定的语气助词）
วันหลัง	今后，以后，往后
โปรด....	请……
ทีหลัง	下次，以后
อัดเสียง	录音
รูป	（句型的量

ระวัง	小心
ฮ่ะ	= ครับ（口语，答话时用）
ย่ำรุ่ง	击鼓报晓（即早六时整）
เที่ยงคืน	午夜
สองยาม	午夜
ออก	出去，出发
ตื่น	醒
อาชีวะ	职业
เสีย	（起强调作用的趋向动词）
ชีวิต	生活
....พอสมควร	相当，适当
โรงเรียน	学校
โรงเรียนมัธยม (-มัด-ทะ-ยม)	中学
หลังจาก	之后
พลศึกษา(พะ-ละ-)	体育
ครู่หนึ่ง	一会儿，片刻

	词）
ตี	...点（夜里1-5点用）
เที่ยงวัน	中午，正午
ย่ำค่ำ	击鼓报昏（即晚六时整）
ราว	大约
รถเมล์	公共汽车
อาหารเช้า	早餐
อาชีวศึกษา(อา-ชี-วะ-)	职业教育
เรียบร้อย	妥了
พอดู	相当，很
เพื่อนนักเรียน	（中、小学）同学
มหาวิทยาลัยภาษาต่างประเทศ	外国语大学
การเมือง	政治
พยายาม	努力
ชวน	邀

บทอ่านประกอบ

เช้าวันเปิดเรียน อากาศแจ่มใส มานีกับชูใจเดินไปโรงเรียนด้วยกัน

"ชูใจ เธอรู้ไหม ฉันดีใจมากที่โรงเรียนเปิด ฉันคิดถึงคุณครูไพลิน"

"ฉันก็เหมือนกัน ฉันคิดถึงคุณครูไพลินและคิดถึงพวกเราทุกคน" ชูใจพูดขึ้นบ้าง

ก่อนเวลาโรงเรียนเข้า นักเรียนคุยกันเสียงดัง เพราะไม่ได้พบกันเป็นเวลานาน

เมื่อธงชาติขึ้นสู่ยอดเสาแล้ว ครูใหญ่กล่าวต้อนรับนักเรียน นักเรียนพอใจ และทุกคนตั้งใจจะเป็นนักเรียนที่ดีของโรงเรียน

ครูไพลินเดินเข้ามาในห้องเรียนด้วยใบหน้ายิ้มแย้ม ทักมานีว่าอ้วนขึ้น ชูใจผอมไปนิดแต่สูงขึ้น ปิตินุ่งกางเกงใหม่

เมื่อทักทายกับนักเรียนทุกคนแล้ว ครูไพลินแนะนำให้รู้จักนักเรียนใหม่สองคนคือ เด็กชายสมคิดกับเด็กหญิงดวงแก้ว นักเรียนเก่าทุกคนปรบมือดีใจที่ได้เพื่อนใหม่เพิ่มขึ้น

หลังจากพูดคุยกันถึงเรื่องราวตอนปิดภาคเรียนอีกเล็กน้อย ครูไพลินให้ปิติอ่านหนังสือเรียนภาษาไทยที่ได้เรียนมาแล้ว ปิติอ่านได้ ครูไพลินชมว่าเก่งมาก แล้วเรียกชูใจให้อ่านต่อ ชูใจมัวคุยกับเพื่อนใหม่ก็งง ไม่รู้ว่าจะอ่านต่อตรงไหน ครูไพลินจึงแนะนำว่า

"เวลาเรียนหรือมีใครพูดอะไรให้ฟัง ต้องตั้งใจฟัง ถ้าไม่ฟังอาจจะไม่รู้เรื่อง"

แล้วครูไพลินให้ปิติบอกชูใจว่าอ่านถึงตรงไหน สมคิดลุกขึ้นพร้อมกับพูดว่า

"ผมบอกได้ครับ ให้ผมบอกดีกว่า"

"ครูเชื่อว่าสมคิดบอกได้ แต่ครูเรียกให้ปิติบอกก่อน ชูใจอ่านแล้ว ครูจะให้เธออ่านต่อ" ครูไพลินพูด

เมื่อนักเรียนอ่านหลายคนแล้ว ครูไพลินจึงให้นักเรียนออกมาเขียนคำต่าง ๆ บนกระดาน

ศัพท์และวลีในบทอ่าน

อากาศแจ่มใส	天空晴朗	ที่	（此处为说明原因的结构助词）
เสียงดัง	声音大		
....เป็นเวลานาน	很长时间		
ธงชาติ	国旗	ขึ้น	升起
สู่	到，至	ยอด	顶
เสา	杆子	ครูใหญ่	（小学）校长
กล่าว	讲话，说话	ต้อนรับ	欢迎

ด้วย....	以（用）……
ยิ้มแย้ม	笑盈盈
นิด	一点儿
แนะนำ	介绍
เด็กชาย	（小学）男生
นักเรียนเก่า	老（学）生
ได้....เพิ่มขึ้น	增加了……
เล็กน้อย	一点儿，一些
เรียก	叫，唤
มัว	只顾……，埋头于……
ไม่รู้เรื่อง	不明白
พร้อมกับ....	同时
เชื่อ	相信
ใบหน้า	脸庞，脸蛋儿
ทัก	打招呼
นุ่ง	穿（裤子或裙子）
เด็กหญิง	（小学）女生
ปรบมือ	鼓掌
ปิดภาคเรียน	放（学期）假
ที่ได้....มาแล้ว	已经……了的
งง	发蒙，摸不着头脑
ตั้งใจ	专心
ลุก	站起来
....ดีกว่า	（还是）……好

บทที่ ๑๙ ซื้อของ

รูปประโยคและการใช้คำ

๑. ไป....มา "到（什么地方）去了"，"干（什么）去了"的意思。经常在一起的朋友见面时常用这个句型打招呼。

ตัวอย่าง

ไปไหนมา	- ไปห้องเรียนมา
ไปไหนมา(ไปทำอะไรมา)	- ไปออกกำลังกายมา

แบบฝึกหัด จงใช้คำต่อไปนี้ตอบคำถาม"ไปไหนมา"หรือ"ไปทำอะไรมา"（用下列短语回答"ไปไหนมา"或"ไปทำอะไรมา"这个问题。）

๑) ซื้อของ ซักผ้า อาบน้ำ ยืมหนังสือ ตัดผม ไปห้องสมุด แข่ง-บาสเกตบอล ทิ้งจดหมาย

๒) ร้านสหกรณ์ ตึกเรียน โรงพยาบาล ร้านขายหนังสือ โรงอาหาร ห้องสมุด

สนทนา (คุยกันระหว่างเพื่อนนักศึกษา)

- ไปไหนมา
- ไปซื้อสมุดมา เธอล่ะ
- ไปบ้านอาจารย์มา
- ไปทำไม
- ไปเยี่ยมอาจารย์

บทที่ ๑๙   ซื้อของ

๒. ....ละ....   ละ用在量词或临时量词之后，后面再接一个数量短语，如：เล่มละ ๒ หยวน คนละ ๑ ประโยค วันละ ๑ ครั้ง ครั้งละ ๑๕ นาที วันละ ๓ มื้อ ฯลฯ，依次相当于汉语的"每（或一）本两元"、"一（或每）人一句"、"一（或每）天一次"、"一（或每）次十五分钟"、"每（或一）天三顿（饭）"等等。要注意的是这个结构很紧凑，不能将动词或动宾短语插在这个结构的中间。这点与汉语有区别。如汉语说"我们每天锻炼一次"，泰语要说"เราออกกำลังกายวันละครั้ง"；汉语说"每人造两个句子"，泰语要说"แต่งประโยคคนละ ๒ ประโยค"。这个结构可以用来修饰前面的动词或动宾短语，也可以单独作谓语。

ตัวอย่าง   ต้องจ่ายคนละกี่หยวน
- (จ่าย)คนละ ๕ หยวน ๕
สมุดนี่เล่มละเท่าไหร่
- เล่มละ ๒ หยวน ๕ เหมา

แบบฝึกหัด ๑   จงเติมช่องว่างตามความหมายที่กำหนดไว้ในวงเล็บให้เป็นประโยคสมบูรณ์ แล้วแปลเป็นภาษาจีน (根据句后括弧里的中文意思填空并将填好的句子译成汉语。)

๑) ผมกินข้าว......ละ...... （每顿一盘[จาน]）
๒) เขาซื้อปากกา......ละ...... （每人一支）
๓) เราเรียนกัน......ละ...... （每天两节）
๔) มหาวิทยาลัยเราฉายหนัง......ละ...... （每周[อาทิตย์]三次）
๕) เราออกกำลังกายกัน......ละ...... （每天半小时）
๖) ผมท่องคำศัพท์......ละ...... （一天30个）
๗) รองเท้า......ละ......แพงไหม （60元一双）
๘) เสื้อเชิ้ตแขนยาว......ละ...... รู้สึกว่าไม่แพงนะ （50元一件）
๙) มหาวิทยาลัยเราจัดงานกีฬา......ละ...... （每年[ปี]两次）
๑๐) อาจารย์ให้เราแต่งประโยค......ละ...... （每个词3句）

181

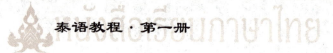

แบบฝึกหัด ๒ จงทำประโยคในแบบฝึกหัด ๑ ซึ่งได้ทำเป็นประโยคสมบูรณ์แล้วให้เป็นประโยคคำถาม พร้อมทั้งให้คำตอบตามตัวอย่าง（将练习1中完成的句子改为问句并且进行问答练习。）

สนทนา (คุยกันระหว่างนักศึกษากับผู้ขายของ)

นักศึกษา	ดินสออย่างนี้แท่งละเท่าไหร่
ผู้ขายของ	แท่งละสองหยวนค่ะ
นักศึกษา	อย่างนั้นล่ะ แท่งละเท่าไหร่
ผู้ขายของ	แท่งละสองหยวนห้าเหมาค่ะ
นักศึกษา	เอาอย่างละ ๒ แท่ง
ผู้ขายของ	ต้องการอะไรอีกไหมคะ
นักศึกษา	ไม่ละ

๓. อยากจะ......สัก...... “อยากจะ.... ”是“想做什么”的意思，表示一种欲望。“สัก......”后面连接一个数量短语，表明仅仅是一个比较小的概数或概略的时间。如果后面的数目是“**หนึ่ง**”，那么这个“**หนึ่ง**”往往就可略去。

ตัวอย่าง

๑) ฉันอยากจะซื้อปากกาสักด้าม
๒) ฉันอยากจะไปซื้อหนังสือสักเล่ม ๒ เล่ม
๓) ฉันอยากจะไปเยี่ยมเขาสักประเดี๋ยว
๔) ฉันอยากจะไปตรวจร่างกายสักครั้ง

แบบฝึกหัด จงใช้คำที่กำหนดไว้ข้างล่างแต่งประโยคตามตัวอย่าง（用所给短语仿照例句造句。）

๑) ไปร้านขายหนังสือ
๒) หัดร้องเพลงไทย
๓) ทบทวนภาษาอังกฤษ
๔) ออกไปข้างนอก
๕) ซื้อกระติกน้ำร้อน (ใบ)

บทที่ ๑๙   ซื้อของ

๖) ซื้อปากกาลูกลื่น
๗) ซื้อดินสอกด
๘) ซื้อชุดกีฬาสีแดง (ชุด)

๔. ว่าจะ......สักหน่อย   "ว่าจะ......" 是 "正打算……"（或 "正想……"）的意思。"สักหน่อย" 是 "一下"、"一会儿" 的意思。"สักหน่อย" 与第16课学的 "เสียหน่อย" 略有不同。"เสียหน่อย" 表示完成一下、做一下、处置一下某件事，含有使其实现的意思；而 "สักหน่อย" 则只表示用一个概略的、短暂的时间去做一下某件事。

ตัวอย่าง   (จะ)ไปไหนหรือ
         - ว่าจะไปร้านสหกรณ์สักหน่อย
         (กำลัง)จะทำอะไร
         - ว่าจะซักผ้าสักหน่อย

แบบฝึกหัด   จงใช้คำที่กำหนดไว้ข้างล่างตอบคำถามตามตัวอย่าง（用所给词或短语仿照例句回答问题。）

๑) จะไปไหนหรือครับ
   (หอพัก ห้องสมุด โรงพยาบาล ร้านค้า เยี่ยมอาจารย์ ออก-
   กำลังกาย ซื้อสมุด ทิ้งจดหมาย)
๒) (กำลัง)จะทำอะไรครับ
   (กวาดห้อง เช็ดหน้าต่าง จัดหนังสือ อ่านหนังสือพิมพ์ ฟัง-
   เทป ทบทวนบทเรียน ซักผ้า)

สนทนา   (คุยกันระหว่างฉางเฉียงกับเหลียงอี้)

ฉางเฉียง   อี้จะไปไหน
เหลียงอี้   ว่าจะออกไปข้างนอกสักหน่อย
ฉางเฉียง   ไปทำไม

เหลียงอี้	ไปหาซื้อพจนานุกรมสักเล่ม อยากจะไปซื้อมานานแล้ว เขี่ยงจะไปไหน
ฉางเฉียง	ว่าจะไปเยี่ยมเพื่อนสักหน่อย
เหลียงอี้	งั้น อี้ไปก่อนละนะ

๕. ช่วย (ทำอะไร) ให้ (ฉัน) ได้ไหม　　帮我（替我）……行吗（好吗）？
　 ช่วย (ทำอะไร) ให้ (ฉัน) นะครับ(คะ)　　帮我（替我）……啊。

ตัวอย่าง
ช่วยซื้อสมุดให้ฉันเล่มได้ไหม
ช่วยซื้อสมุดให้ฉันเล่มนะ
ช่วยทิ้งจดหมายให้ฉันหน่อยได้ไหม
ช่วยทิ้งจดหมายให้ฉันหน่อยนะ
ช่วยซื้อข้าวให้ฉันจานได้ไหม
ช่วยซื้อข้าวให้ฉันจานนะ

แบบฝึกหัด จงใช้คำที่กำหนดไว้ข้างล่างแต่งประโยคตามตัวอย่าง （用所给短语仿照例句造句。）

๑) ยืมหนังสือ　　๒) ซื้อดินสอ
๓) ซ่อมเครื่องเทป　　๔) ซื้อแสตมป์
๕) รีดกางเกง　　๖) ส่งการบ้าน
๗) ตามคุณหลิวมา　　๘) เก็บเสื้อผ้า
๙) เอาน้ำ　　๑๐) เอาสมุดแบบฝึกหัด

สนทนา (คุยกันระหว่างหวางหงกับจางจิ้ง)

หวางหง	หงจะไปข้างนอก จิ้งมีธุระอะไรไหม
จางจิ้ง	ช่วยซื้อรองเท้าแตะให้จิ้งสักคู่ได้ไหม
หวางหง	จิ้งสวมเบอร์อะไร
จางจิ้ง	เบอร์ 6 6 ครึ่งก็ได้

บทที่ ๑๙ ซื้อของ

หวางหง	เอาสีอะไร
จางจิ้ง	สีขาว
หวางหง	ถ้าหงกลับมาช้า ช่วยซื้ออาหารให้หงด้วยนะ
จางจิ้ง	เออ ได้

๖. ....ไปหน่อย ……了点儿。用在形容词之后，表示超过了或尚未达到适当的程度。

ตัวอย่าง
รองเท้าคู่นี้เล็กไปหน่อย
อาจารย์พูดเร็วไปหน่อย
เราช่วยเขาน้อยไปหน่อย
วันนี้ฉันตื่นสายไปหน่อย

แบบฝึกหัด จงใช้คำที่กำหนดไว้ข้างล่างนี้เติมลงไปในช่องว่างของประโยคต่อไปให้ได้ความถูกต้อง（用所给词汇给下列句子填空。）

(เล็ก ใหญ่ สั้น ยาว ช้า เร็ว มาก น้อย สูง เตี้ย)

๑) เสื้อตัวนี้....... ๒) รองเท้าคู่นี้.......
๓) ห้องเรียนห้องนี้....... ๔) หนังเรื่องนี้.......
๕) บทเรียนบทนี้....... ๖) ม้านั่งตัวนี้.......
๗) เธออ่าน....... ๘) เขาวิ่ง.......
๙) เธอกิน(ข้าว)....... ๑๐) เราหัดพูดไทย.......

๗. ....อยู่หน่อย 有点儿……（有时也可译成"……了点儿"）。用在形容词之后，往往反映说话人的主观感觉。"อยู่หน่อย"常用于不如意的事情。

ตัวอย่าง
ราคาแพงอยู่หน่อย
บทนี้ยากอยู่หน่อย
เสียงเธอยังเพี้ยนอยู่หน่อย

185

แบบฝึกหัด จงทำประโยคต่อไปนี้ให้เป็นประโยค"อยู่หน่อย" (将下列句子改为用"อยู่หน่อย"的句子。)

๑) บทนี้ยาว	๒) วันนี้หนาว
๓) เขาทำอะไรช้า	๔) ห้องนี้แคบ
๕) ปัญหานี้ตอบยาก	๖) ทางไกล
๗) คำนี้เข้าใจยาก	๘) ทีวีจอใหญ่แพง
๙) เสียงบางเสียงแก้ยาก	๑๐) ปัญหายังมีมาก

สนทนา (คุยกันระหว่างหลี่เวย์กับผู้ขายของ)

ผู้ขายของ	รองเท้าคู่นี้คุณสวมได้ไหมคะ
หลี่เวย์	คู่นี้เล็กไปหน่อย
ผู้ขายของ	คู่นี้ล่ะคะ
หลี่เวย์	คู่นี้ใหญ่ไปหน่อย
ผู้ขายของ	คู่นี้ล่ะคะ
หลี่เวย์	คู่นี้พอดี ราคาเท่าไหร่
ผู้ขายของ	499 หยวนค่ะ
หลี่เวย์	แพงอยู่หน่อย
ผู้ขายของ	ของดีราคาก็แพงซีคะ
หลี่เวย์	เอา เอาคู่นี้แหละ

บทสนทนา

(คุยกันระหว่างหวางหงกับเหลียงอี้)

หวางหง ไปไหนมาอี้

เหลียงอี้ ไปซื้อสมุดมา

หวางหง ขอดูหน่อยซิ

บทที่ ๑๙   ซื้อของ

เหลียงอี้	ดูสิ
หวางหง	เออ สมุดนี่ดี เล่มละเท่าไหร่
เหลียงอี้	เล่มละหนึ่งหยวนห้าเหมา
หวางหง	ไม่แพง
เหลียงอี้	พวกเครื่องเขียนนี่ถูก

(คุยกันระหว่างหลี่เวย์กับหยางลี่)

หลี่เวย์	ลี่จะไปไหน
หยางลี่	ว่าจะไปซื้ออะไรสักหน่อย
หลี่เวย์	ช่วยซื้อสมุดให้เราสัก ๒-๓ เล่มได้ไหม
หยางลี่	ได้สิ ต้องการอย่างไหน อย่างปกอ่อนหรือปกแข็ง
หลี่เวย์	อย่างปกอ่อนก็แล้วกัน ถูกหน่อย
หยางลี่	ถ้าเล็กไม่ติดธุระอะไร เราไปด้วยกันนา
หลี่เวย์	เอา ไปก็ไป

(คุยกันระหว่างฉางเฉียงกับเฉินชางที่ร้านขายของ)

ฉางเฉียง	ชางจะซื้ออะไรหรือ
เฉินชาง	อยากจะซื้อรองเท้าสักคู่ คู่นี้เก่ามากแล้ว
ฉางเฉียง	ขอเขาดูสิ ชางสวมเบอร์อะไร
เฉินชาง	(เบอร์) ๘ ครึ่ง คู่นี้เล็ก(คับ)ไปหน่อย
ฉางเฉียง	คู่นี้ล่ะ
เฉินชาง	คู่นี้ใหญ่(หลวม)ไปนิด
ฉางเฉียง	คู่นี้ล่ะ
เฉินชาง	อืม คู่นี้พอดี เอาคู่นี้แหละ คู่ละเท่าไหร่
ฉางเฉียง	เขามีป้ายบอกไว้ - 499 หยวน
เฉินชาง	แพงอยู่หน่อย
ฉางเฉียง	ของดีราคาก็แพงซี่
เฉินชาง	เอา ซื้อก็ซื้อ
ฉางเฉียง	จะซื้ออะไรอีกไหม

187

เฉินชาง ไม่ละ
ฉางเฉียง งั้นเรากลับกันเถอะ
เฉินชาง ไป

แบบฝึกหัด

๑. แบบฝึกหัดอ่านออกเสียง

๑) จงอ่านออกเสียงสระในคำต่อไปนี้ให้ถูกต้อง(ควรสนใจเป็นพิเศษกับเสียงสระ ไ- -าย และ แ-)

(๑) ใคร ให้ ใหม่ ใช่ไหม ไม่ได้ ใต้ ใน ใหญ่ ใจ ไป

(๒) สบาย ขาย ร่างกาย ฉาย ความหมาย ง่าย

(๓) แม่ แต่ แขน แปรง แคบ แปด แห่ง แขก แข่ง แข็งแรง แบดมินตัน แดด

(๔) ใครขายไข่ไก่ ไม่ได้พ่ายแพ้ แก้ไขไม่ได้ แกไล่ควายไถ

๒) จงออกเสียงพยัญชนะในคำต่อไปนี้ให้ถูกต้อง

(๑) งั้น	- อั๊น	งาน	- อาน
ไง	- ไอ	ง่าย	- อ้าย
ง่วน	- อ้วน	เงิน	- เอิน
งู	- อู	เงื่อน	- เอื้อน
เงา	- เอา		
(๒) บท	- หมด	ใบ้	- ไม่
บาก	- หมาก	เบา	- เมา
บัว	- มัว	บัด	- หมัด

๒. จงตอบคำถามต่อไปนี้

๑) ที่มหาวิทยาลัยเธอมีร้านค้าไหม

๒) ที่ร้านค้ามหาวิทยาลัยเธอเขาขายอะไรบ้าง

๓) ปกติ เธอไปซื้อเครื่องเขียนที่ไหน

๔) เครื่องเขียนราคาแพงไหม

๕) เธอสวมรองเท้าเบอร์อะไร

๖) รองเท้าของเธอซื้อที่ไหน

๗) เสื้ออย่างนี้ตัวละเท่าไหร่

๘) กางเกงของเธอซื้อที่ไหน ราคาเท่าไร

๓. จงแปลประโยคต่อไปนี้เป็นภาษาไทย

1. 想洗个澡，但不知道浴室什么时候开。

2. 上哪儿去？——想洗个澡去，你去吗？

3. 上哪儿去？——打算去看个老同学。

4. 早就想去看他了，可是没有时间。

5. 苹果（แอปเปิ้ล）多少钱一斤？

6. 这种药（ยา）一天服三次，每次两片（เม็ด）。

7. 我们每天练一小时的发音。

8. 老师让我们每个词造三个句子。

๔. จงหาคำที่มีความหมายตรงกันข้าม（反义词）กับคำวิเศษณ์（副词）ต่อไปนี้

ยาก -	เล็ก -	สั้น -	ใหม่ -
ช้า -	สูง -	มาก -	หลวม -
อ้วน -	ผิด -	กว้าง -	สว่าง -
แพง -	ร้อน -	อ่อน -	ใหญ่ -

๕. จงอ่านและคัดข้อความต่อไปนี้

    ในมหาวิทยาลัยของเรามีร้านค้าร้านหนึ่ง ไม่ใหญ่ แต่ก็ไม่เล็ก มีของขายหลายอย่าง เช่นเครื่องเขียน เครื่องใช้ เสื้อผ้า รองเท้า ขนม ผลไม้ ฯลฯ ใครจะซื้ออะไรไม่ต้องไปไกล รู้สึกว่าสะดวกมาก

    เครื่องเขียนนับว่าไม่แพง สมุดแบบฝึกหัดเล่มละหยวนสองหยวน ดินสอแท่งละไม่กี่เหมา ปากกาด้ามละ ๒๐-๓๐ หยวน เสื้อผ้าแพงอยู่หน่อย ชุดละ 40 หยวนบ้าง 50 หยวนบ้าง ขนมและผลไม้ก็มีหลายอย่าง บุหรี่และเหล้าก็มีขาย แต่พวกเราไม่มีใครสูบบุหรี่และกินเหล้า จึงไม่รู้ว่าราคาเท่าไร

ศัพท์และวลี

ทิ้ง	扔，丢；投（信）
ขาย	卖
จ่าย	支付
มื้อ	顿（饭）；餐
แพง	贵
เสื้อเชิ้ตแขนยาว	长袖衬衣
ปี	年
ต้องการ	需要
ปากกาลูกลื่น	圆珠笔
ดินสอกด	自动铅笔
แดง	红
ร้านค้า	商店
ซ่อม	修理
รีด	熨
ตาม	找（来），叫（来）
คู่	双，对
สี	颜色
....ให้	替……，为……
น้อย	少
อยู่หน่อย	有点儿……
ทาง	路
ทีวี	= โทรทัศน์ 电视

สหกรณ์(สะ- หะ-กอน)	合作社
....ละ....	（平均）每一
จาน	盘子
อาทิตย์	周，星期
เสื้อเชิ้ต	衬衣
งานกีฬา	运动会
ผู้ขายของ	售货员
ตรวจ	检查
กด	摁，压
ชุด	套
....สักหน่อย	一下儿，一会儿
แสตมป์(สะ-แต็ม)	邮票
เก็บ	收，收拾
รองเท้าแตะ	拖鞋
สวม	穿
ขาว	白
ไปหน่อย	……了点儿
สาย	迟，晚
เพี้ยน	偏
ไกล	远
จอ	屏幕
พอดี	正好

บทที่ ๑๙ ซื้อของ

ราคา	价格	เอา	好吧
....แหละ	就……（表示肯定的语气助词）	พวก	们，类
		ถูก	便宜
ปก	封面，封皮	อ่อน	软
ปกอ่อน	软皮	แข็ง	硬
ปกแข็ง	硬皮	....ก็แล้วกัน	……吧，得了（语气助词）
ติดธุระ	有事		
นา	吧（表示恳求的语气助词）	คับ	窄，紧
		หลวม	宽，松
ป้าย	牌子	เสื้อผ้า	衣服，服装
ขนม	点心	สะดวก	方便
นับว่า	可以说，算得上	เหล้า	酒

บทอ่านประกอบ

    วันหยุดเรียน วีระชวนมานะและปิติไปเที่ยวป่าใกล้ไร่แตงโมของลุง ข้าง ๆ ไร่เป็นทุ่งนามีหญ้าเขียว ชาวนาจูงวัวควายไปเลี้ยง ในทุ่งนามีบึงกว้าง นกหลายตัวเดินหาปลาอยู่ตามริมบึง

    เด็กทั้งสามพากันเข้าไปในป่า เขาเห็นสัตว์เล็ก ๆ หลายอย่าง มีแมลงสีสวยบินอยู่เหนือดอกไม้ กิ้งก่าชูคอจ้องจะจับแมลง มานะชี้ให้ปิติดู จิ้งเหลนวิ่งไล่กันน่าสนุก ปิติมัวดูจิ้งเหลนจนเกือบเหยียบอึ่งอ่างที่ใต้ใบไม้

    วีระได้ยินเสียงจิ้งหรีดร้อง พอเดินเข้าไปใกล้มันก็หยุด เขามองหาตัวไม่เห็นเพราะมีใบไม้แห้งบังตัวมันอยู่

    ปิติพูดว่า "ป่านี้มีช้างไหมวีระ"

    วีระตอบ "ไม่มี แต่น่าจะมีกวางและลิง เราเดินอยู่ที่นี่คงไม่พบมัน"

    "พ่อเล่าว่า ที่สวนสัตว์มีหมี ช้าง กวาง และสัตว์ต่าง ๆ ขังกรงไว้ให้คนดู และ

พ่อจะพาฉันกับมานีไปดูในไม่ช้านี้” มานะพูด

เด็กทั้งสามเห็นรังนกอยู่ตามกิ่งไม้ ปิติอยากได้รังนกจึงขึ้นไปบนต้นไม้ มานะสงสารนก กลัวมันจะไม่มีที่อยู่ และบนต้นไม้ก็มีรังผึ้งด้วย ถ้าผึ้งต่อยปิติ เขาก็จะตกลงมา มานะจึงบอกให้ปิติลงจากต้นไม้ พอดีมีผึ้งบินมาเกาะหัวปิติ ปิติรีบลงมาจากต้นไม้ เด็กทั้งสามกลัวผึ้งต่อย จึงวิ่งหนีกลับบ้าน

ศัพท์และวลีในบทอ่าน

หยุด	停	ป่า	树林子
ไร่	旱地	แตงโม	西瓜
ทุ่งนา	田野	เขียว	绿
ชาวนา	农民	จูง	牵
วัว	黄牛	ควาย	水牛
เลี้ยง	养	บึง	沼，泊，水塘
นก	鸟	ตาม	沿着
ริม	边沿	พากัน	相率
เข้า	进	สัตว์	动物，禽兽
แมลง	昆虫	บิน	飞
เหนือ	在……上方	ดอกไม้	花儿
กิ้งก่า	变色龙	ชู	举；抻（脖子）
คอ	脖子		
จ้อง	盯着	จับ	抓
ชี้	指	จิ้งเหลน	热带的一种有四条腿的小虫子
ไล่	追逐，追；赶		
เกือบ	几乎		
เหยียบ	踏，踩	ใบไม้	树叶
ได้ยิน	听见	จิ้งหรีด	蟋蟀
มัน	它	มอง	望，看

บัง	遮挡	ช้าง	象
น่าจะ	（按理）应该	กวาง	鹿
ลิง	猴	หมี	熊
ขัง	关（在某处）	กรง	笼子
ในไม่ช้า	不久	ทั้ง...	全，所有的
รัง	巢	กิ่งไม้	树枝
สงสาร	可怜，怜悯	ที่อยู่	住处，地址
ผึ้ง	蜂，蜜蜂	ต่อย	蜇
ลง	下	พอดี	正好
เกาะ	栖息，停歇；抓住	รีบ	赶紧
		หนี	逃跑

บทที่ ๒๐ ญาติใกล้ชิด

รูปประโยคและการใช้คำ

๑. ....หนึ่ง 在泰语中如果不需要强调“一”这个数目时，“**หนึ่ง**”习惯放在量词之后，而且不能写成数字“**๑**”。

ตัวอย่าง

เขามีเครื่องเล่นเทปเครื่องหนึ่ง
ฉันเคยไปเที่ยวที่นั่นครั้งหนึ่ง
ชางซื้อพจนานุกรมไทย-จีนมาเล่มหนึ่ง

แบบฝึกหัด ๑ จงใช้โครงสร้าง “....หนึ่ง ” มาเติมช่องว่างให้ถูกต้องตามตัวอย่าง（仿照例句给下面句子填上数量短语“....หนึ่ง ”。）

๑) เขามีดินสอกด..........
๒) ฉันยืมหนังสือมา..........
๓) ขอกระดาษ..........
๔) ฉันเคยไปเยี่ยมเขา..........
๕) ขอยืมพจนานุกรม..........
๖) ฉันทำหนังสือหายไป..........
๗) ฉันมีเพื่อน..........พูดภาษาต่างประเทศได้หลายภาษา
๘) ประเทศจีนเป็นประเทศใหญ่..........ในโลก

แบบฝึกหัด ๒ จงใช้โครงสร้าง“....หนึ่ง” มาแทน“๑....”ในประโยคข้างล่างตามตัวอย่าง และสังเกตความแตกต่างระหว่างประโยค ๒ ชนิด（仿照例句用“....หนึ่ง ”来替代下面句子中的“๑....”，并注意区分两类句子意义上的差别。）

บทที่ ๒๐ ญาติใกล้ชิด

๑) ฉันมีนาฬิกา ๑ เรือน
๒) บ้านเขามีโทรทัศน์สี ๑ เครื่อง
๓) ฉันมีปากกา ๑ ด้าม
๔) เขามีจักรยาน ๑ คัน ซื้อมานานแล้ว
๕) ผู้ชาย ๑ คน กำลังอ่านหนังสืออยู่ในห้อง
๖) ฉันไปซื้อเบียร์ ๑ ขวด
๗) เขาซื้อขนมมา ๑ ห่อ
๘) หนังสือขาดไป ๑ เล่ม

สนทนา (คุยกันระหว่างเหลียงอี้กับหยางลี่)

เหลียงอี้   คุณพ่อของลี่ทำงานอะไร
หยางลี่   พ่อของลี่เป็นวิศวกร
เหลียงอี้   คุณแม่ล่ะ
หยางลี่   แม่เป็นอาจารย์สอนหนังสือในโรงเรียนมัธยมแห่งหนึ่ง
เหลียงอี้   คุณพ่อคุณแม่ของลี่เคยมาปักกิ่งไหม
หยางลี่   เคยมาครั้งหนึ่งแล้ว

๒. ทำไม....ล่ะ   用于问原因，相当于汉语的"干吗……啊？""为什么……啊？""怎么（不）……啊？"等。

ตัวอย่าง

ทำไมทำอย่างนั้นล่ะ
ทำไมไม่ไปดูหนังล่ะ

แบบฝึกหัด   จงใช้คำที่ให้ไว้แต่งประโยคตามตัวอย่าง （用所给短语仿照例句造句。）

๑) ไม่บอก
๒) ไม่มา
๓) ไม่ตอบจดหมาย
๔) กินน้อยอย่างนี้
๕) ต้องลงทะเบียน
๖) พูดอย่างนี้
๗) ไม่ถูก
๘) ไม่ไปด้วย
๙) ต้องทำใหม่
๑๐) (เครื่องเล่นเทป)ไม่มีเสียง

สนทนา (คุยกันระหว่างเพื่อนนักศึกษา)

- กลับบ้านไหม
- วันนี้ไม่กลับ
- ทำไมไม่กลับล่ะ
- น้องจะมาหา
- เธอมีน้องที่ปักกิ่งหรือ
- น้องลูกคุณอา

๓. **ทั้ง...** ทั้ง用在量词或数量短语前，表示这个量词或数量短语所代表的人或事物具有同样的性质、状况或进行相同的动作。

ตัวอย่าง
เราไปกันทั้งห้อง
ฉลาดทั้งสองคน

แบบฝึกหัด จงใช้คำที่ให้ไว้แต่งประโยคตามตัวอย่าง แล้วแปลประโยคเหล่านี้เป็นภาษาจีน （用所给词语仿照例句造句，然后译为汉语。）

๑) วันนี้จะประชุมกัน, มหาวิทยาลัย
๒) เขาไปเที่ยวกับเพื่อน, วัน
๓) เดี๋ยวเดียวก็หลับไป, ๓ คน
๔) พี่น้อง ๒ คนนี้ซน, คู่
๕) หนังสือชุดนี้ดี ผมจึงซื้อ, ชุด
๖) เราไปเยี่ยมอาจารย์กัน, ห้อง
๗) เราอายุ ๑๘, ๔ คน
๘) เป็นเรื่องสนุก ๆ , เล่ม

สนทนา (คุยกันระหว่างเพื่อนนักศึกษา)

- คุณปู่คุณย่าของเธออายุเท่าไหร่แล้ว
- อายุ ๗๐ กว่าแล้ว
- เมื่อก่อนท่านทำงานอะไร
- เป็นกรรมกรทั้งคู่ ตอนนี้ปลดเกษียณแล้ว

๔. ....นะ 语气助词。除了在14课中学过的用法外，还用在陈述自己看法的叙述句句末，表示期待对方表示同感。对话者回答时如果表示无疑义，一般用 อึม อือ 或 ครับ ค่ะ 等就行。

ตัวอย่าง เขาร้องได้ไม่เลวนะ

- อึม (ไม่เลว)
- ครับ (ร้องได้ดีมาก)

วันนี้ร้อนนะ

- อือ (ร้อน)
- ค่ะ (ร้อนมาก)

แบบฝึกหัด จงทำประโยคบอกเล่าต่อไปนี้เป็นประโยคที่สื่อความในการชวนคู่สนทนาให้เห็นคล้อยตาม（使下列句子带有期待对方表示同感的语气。）

๑) ภาษาอังกฤษเรียนยาก
๒) เขาออกเสียงชัด
๓) ห้องนี้สะอาดมาก
๔) พ่อแม่ของเธอดูแข็งแรงดี
๕) เสื้อตัวนี้สวย
๖) หนังวันนี้สนุก
๗) วันนี้หนาว
๘) เขาเล่นกีตาร์เก่งจริง ๆ
๙) ทำอย่างนี้ไม่มีปัญหา
๑๐) ทำอย่างนี้ไม่ผิด

สนทนา (คุยกันระหว่างอาจารย์กับนักศึกษา)

อาจารย์	คุณปู่คุณย่าของเธอคงแข็งแรงดีนะ
นักศึกษา	ค่ะ ท่านสนใจสุขภาพมาก ออกกำลังกายทุกวัน นอกจากนั้น ท่านยังปลูกดอกไม้และเลี้ยงปลา ช่วยจัดนี่จัดนั่น ไม่ยอมหยุดเลย
อาจารย์	คนแก่ชอบทำนั่นทำนี่ดี
นักศึกษา	ค่ะ

๕. คง....   用在谓语前表示是一种推测，常跟"แน่"、"มั้ง(กระมัง)" "นะ"等词搭配，可译成"大概"、"可能"等。

ตัวอย่าง
เขาคงรู้แล้ว
เขาคงรู้แล้วมั้ง
เขาคงรู้แล้วแน่
เขาคงรู้แล้วนะ

แบบฝึกหัด ๑   จงเติมคำว่า"คง"ลงไปในประโยคต่อไปนี้ให้ถูกต้อง （将"คง"填入下列句子中。）

บทที่ ๒๐ ญาติใกล้ชิด

๑) เขาทราบแล้ว
๒) ๒ โมงแล้วยังไม่เห็นมา เขาลืมเสียแล้วกระมัง
๓) สีนี้เขาชอบแน่
๔) ป่านนี้ เขากลับถึงบ้านแล้วมั้ง
๕) เขาพูดคล่องมาก เขาหัดพูดกันทุกวันนะ

แบบฝึกหัด ๒ จงใช้รูปประโยค"คง...."ตอบคำถามต่อไปนี้ (用"คง"句型回答下列问题。)

๑) ไปเดี๋ยวนี้ทันไหม
๒) พจนานุกรมเล่มนี้ดี ไม่ทราบว่าแพงไหม
๓) ทีมเราสู้เขาได้ไหม
๔) ร้านนี้มีเครื่องเขียนขายไหม
๕) นาฬิกาเสียเสียแล้ว ร้านนี้ซ่อมได้ไหม

สนทนา (คุยกันระหว่างเพื่อนนักศึกษา)

- คุณปู่คุณย่าอายุเท่าไหร่
- ท่านทั้งสองอายุ ๗๐ กว่าแล้ว
- ท่านคงแข็งแรงดีนะ
- ใช่ ท่านออกกำลังกายทุกวัน

๖. อาจ.... 用在谓语前表示存在这种可能,常跟"....ก็ได้"搭配,相当于汉语里的"可能"、"也许"。

ตัวอย่าง ฉันอาจจะกลับดึกหน่อย
ตอนนี้เขาอาจจะไม่อยู่บ้านก็ได้

แบบฝึกหัด ๑ จงเติมคำว่า"อาจ"ลงไปในประโยคต่อไปนี้ให้ถูกต้อง (将 "อาจ" 填入下列句子中。)

๑) เขาบอกว่าเขาจะมา
๒) ๒ โมงแล้วยังไม่เห็นมา เขาไม่มาแล้วก็ได้
๓) วันนี้ทำไม่เสร็จ
๔) บางทีเขายังไม่ทราบก็ได้
๕) ฝนตกก็ได้ เอาร่มไปด้วย
๖) สมุดอย่างนี้ ที่ร้านค้ามหาวิทยาลัยไม่มีขาย

แบบฝึกหัด ๒ จงใช้คำว่า"คง"หรือ"อาจ"เติมช่องว่างในประโยคต่อไปนี้ให้ถูกต้อง（将"คง "或"อาจ "正确填入下列句子中。）

๑) พ่อเขาจะมาปักกิ่ง เขา........ดีใจมาก
๒) ไม่มีใครบอกเขา เขา........ยังไม่รู้
๓) ตอนนี้เขา....อยู่บ้านแน่
๔) บ่ายนี้จะประชุม คุณ........ทราบแล้วนะ
๕) พรุ่งนี้เขา........มาเยี่ยมเธอก็ได้
๖) ถ้าไปเดี๋ยวนี้........ทันแน่
๗) ถ้าไปเดี๋ยวนี้........ทันก็ได้
๘) เขาเรียนได้ดี เขา........ขยันมาก
๙) คุณประเสริฐ........มีญาติอยู่ปักกิ่งก็ได้ เพราะเห็นเขาออกไปเยี่ยมใครบ่อย
๑๐) คุณประเสริฐ........มีญาติอยู่ปักกิ่ง เพราะเห็นเขาออกไปเยี่ยมใครเกือบทุกอาทิตย์

สนทนา (คุยกันระหว่างเหลียงอี้กับหยางลี่)

เหลียงอี้	คุณพ่อเป็นวิศวกร ทำไมลี่ถึงชอบเรียนภาษาต่างประเทศล่ะ
หยางลี่	ลี่ก็บอกไม่ถูกเหมือนกัน อาจเพราะแม่สนับสนุนก็ได้

เหลียงอี้	น้องสาวของลี่ชอบทางไหน
หยางลี่	น้องชอบทางวิศวะ
เหลียงอี้	น้องคงเรียนเก่งนะ
หยางลี่	ใช่ น้องเรียนเก่งกว่าลี่

๗. ....ซี(ซิ่ ซิ สิ) ซี(ซิ่ ซิ สิ) 是一个用得很多、意义也较广的语气助词。根据说话时语气的强弱，可以以ซี ซิ่ ซิ สิ 等几种不同形式出现。现先介绍一下两个常见的用法：

（1）表示提议、要求、命令或劝诱等语气。

ตัวอย่าง

ขอเขาดูซิ่(ซี สิ ซิ)
เร็วหน่อยซิ่(สิ)
กินซี(ซิ่ สิ)
นั่งสิ(ซี ซิ่)

แบบฝึกหัด จงทำประโยคต่อไปนี้ให้เป็นประโยคเชิงแนะนำ ขอร้อง สั่ง หรือชักชวน（使下列句子带有提议、要求、命令或劝诱等语气。）

๑) นั่งอีกประเดี๋ยว
๒) ชอบก็ซื้อ
๓) เข้าไปดู
๔) เอาไป ฉันยังมีอีก
๕) เอามา ฉันชอบอ่าน
๖) ทำอย่างนี้ จะง่ายหน่อย
๗) เล่าให้ฟังบ้าง
๘) ร้องให้ฟังหน่อย
๙) เปิด(เทป)ให้ฟังหน่อย
๑๐) ออกเสียงให้ดังหน่อย
๑๑) เดินให้เร็วหน่อย

๑๒) พักเสียหน่อย
๑๓) เชิญทางนี้
๑๔) กินให้มากหน่อย เดี๋ยวจะหิว
๑๕) ทำเร็วหน่อย จะหมดเวลาแล้ว

（2）带有推测的语气，表示一种征求意见式的、但又比较肯定的推测。常与คง搭配使用，且多以สิ的形式出现。

ตัวอย่าง
เขารู้แล้วสิ   或   เขาคงรู้แล้วสิ
งานเริ่มแล้วสิ   或   งานคงเริ่มแล้วสิ

แบบฝึกหัด จงทำประโยคต่อไปนี้ให้เป็นประโยคที่แสดงความหมายคาดคะเนแบบขอความเห็น（使下列句子带有征求意见式的推测语气。）

๑) เขาคงพอใจแล้ว
๒) ข้างนอกคงมืดแล้ว
๓) ป่านนี้เขาคงถึงบ้านแล้ว
๔) ทำคนเดียวคงเหนื่อยมาก
๕) น้ำร้อนหมดแล้ว
๖) เขาท่าจะยังไม่รู้
๗) ท่าเขาจะถึงบ้านแล้ว
๘) ป่านนี้แล้วยังไม่กลับมากินข้าว เขาคงหิวแย่

สนทนา (คุยกันระหว่างหวางหงกับฉางเฉียง)

หวางหง   บ้านของเขี่ยงมีใครบ้าง
ฉางเฉียง   มีปู่ ย่า พ่อ แม่ ฉันและน้องชาย ทั้งหมด ๖ คน
หวางหง   คุณปู่คุณย่าคงอายุมากแล้วสิ
ฉางเฉียง   ใช่ ท่านทั้งสองอายุ ๗๐ กว่าแล้ว
หวางหง   นี่กำลังจะไปไหน
ฉางเฉียง   ว่าจะกลับบ้าน

๘. ....เสียแล้ว   强调完成状态的趋向动词。往往用于意义消极的动词、形容词之后，或者用于含有"使不完整""使消失"等意义的动词、形容词之后。

ตัวอย่าง

ตายจริง รถออกเสียแล้ว
น้ำหมดเสียแล้ว
กระดาษเหล่านั้นฉันเอาไปเผาเสียแล้ว

แบบฝึกหัด   จงใช้คำที่ให้ไว้แต่งประโยค"....เสียแล้ว"ตามตัวอย่าง（用所给词汇仿照例句造 "....เสียแล้ว" 的句子。）

๑) เบื่อ   ๒) แตก
๓) เสีย   ๔) หัก
๕) ลบ   ๖) ล้าสมัย
๗) ผิด   ๘) ฉีกทิ้ง
๙) สาย   ๑๐) หิว

สนทนา   (คุยกันระหว่างจางจิ้งกับหลี่เวย์)

จางจิ้ง   นาฬิกาของเล็กกี่โมงแล้ว ของจิ้งตายเสียแล้ว
หลี่เวย์   ๔ ทุ่มแล้ว
จางจิ้ง   การบ้าน เล็กทำเสร็จหรือยัง
หลี่เวย์   ยัง
จางจิ้ง   จิ้งง่วงเสียแล้ว ขอไปพักก่อนละนะ
หลี่เวย์   ไปเถอะ

บทสนทนา

(คุยกันระหว่างหวางหงกับหยางลี่)
หวางหง   ลี่เป็นชาวเมืองไหน
หยางลี่   ชาวเซี่ยงไฮ้

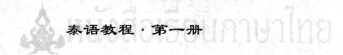

หวางหง	ที่บ้านของลี่มีใครบ้าง
หยางลี่	มีปู่ ย่า พ่อ แม่ ลี่และน้องชาย ทั้งหมด ๖ คน
หวางหง	คุณปู่คุณย่าคงอายุมากแล้วสิ
หยางลี่	ใช่ ท่านทั้งสองอายุ ๗๐ กว่าแล้ว
หวางหง	ท่านคงแข็งแรงดีนะ
หยางลี่	ใช่ ท่านสนใจสุขภาพมาก ออกกำลังกายทุกวัน ตอนเช้ารำมวยจีน ตอนเย็นเดินเล่น นอกจากนั้นท่านยังปลูกดอกไม้และเลี้ยงปลา แล้วก็ช่วยจัดโน่นจัดนี่ ไม่ยอมหยุดเลย
หวางหง	พ่อแม่ของลี่ทำงานอะไร
หยางลี่	พ่อของลี่เป็นวิศวกร แม่เป็นอาจารย์สอนหนังสือในโรงเรียนมัธยมแห่งหนึ่ง
หวางหง	พ่อของลี่เป็นวิศวกร ทำไมลี่ถึงชอบเรียนภาษาต่างประเทศล่ะ
หยางลี่	ลี่ก็บอกไม่ถูกเหมือนกัน อาจเพราะแม่สนับสนุนก็ได้ แต่น้องของลี่ชอบทางวิศวะ
หวางหง	ที่ปักกิ่ง ลี่มีญาติบ้างไหม
หยางลี่	มีหลายคน เพราะบ้านยายของลี่อยู่ปักกิ่ง
หวางหง	อ้อ คุณตาคุณยายอยู่ปักกิ่งหรือ ไม่ยักรู้
หยางลี่	ใช่ คุณยายอายุร่วม ๘๐ แล้ว แต่คุณตาเสียเสียแล้ว
หวางหง	ญาติใกล้ชิดยังมีใครอีกบ้างไหม
หยางลี่	มีน้าผู้ชายคนหนึ่ง น้าผู้หญิงคนหนึ่ง แม่ของลี่เป็นลูกคนโต
หวางหง	มิน่าเล่า วันอาทิตย์เห็นลี่ออกไปข้างนอกบ่อย
หยางลี่	น้อง ๆ เขาชวนไปเที่ยวที่บ้านเขาเกือบทุกอาทิตย์เลย

ข้อสังเกต

๑. อ้อ คุณตาคุณยายอยู่ปักกิ่งหรือ <u>ไม่ยักรู้</u>

ไม่ยักรู้ 本该知道却不知道的意思，有强调出乎意料的语气。

บทที่ ๒๐ ญาติใกล้ชิด

๒. น้องๆ เขาชวนไปเที่ยวที่บ้านเขาเกือบทุกอาทิตย์<u>เลย</u>

　　此处的 เลย 是起强调作用的语气助词。在这句话中，เลย 是强调几乎无例外这种语气。其他例子如：

　　หน้าฝนปีนี้ ฝนตกเกือบทุกวันเลย

　　เขาชอบดูหนังมาก ฉายหนังทีไร เขาไปทุกทีเลย（只要放电影，她每次都去。）

๓. 泰语中主要亲属的称谓

　　泰语中亲属的称谓与汉语有一些不同的地方。本课我们再归纳一下泰语中主要亲属的称谓：

๑) 父母辈的亲属称谓：

　　父亲和母亲的哥哥称 ลุง

　　父亲和母亲的姐姐称 ป้า

　　父亲的弟弟和妹妹称 อา(ผู้ชาย) อา(ผู้หญิง)

　　母亲的弟弟和妹妹称 น้า(ผู้ชาย) น้า(ผู้หญิง)

　　以上称谓可以用如下表格来表示

　　（见下页）

与父母的关系 \ 父方还是母方	ฝ่ายพ่อ	ฝ่ายแม่
พี่	ลุง　ป้า	ลุง　ป้า
น้อง	อา(ผู้ชาย) อา(ผู้หญิง)	น้า(ผู้ชาย) น้า(ผู้หญิง)

๒) 不同辈分亲属的称谓（以我为中心）：

　　第一代　ปู่　祖父　ย่า　祖母　　ตา　外祖父　　ยาย　外祖母

　　第二代　พ่อ　父　　แม่　母　　ลุง　伯父、舅　ป้า　姑、姨

　　　　　　อา　叔、姑　น้า　舅、姨

第三代　พี่(ชาย)　哥哥　พี่(สาว)　姐姐　น้อง(ชาย)　弟弟
　　　　น้อง(สาว)　妹妹

第四代　ลูก(ชาย)　儿子　ลูก(สาว)　女儿
　　　　หลาน(ชาย)　侄子、外甥
　　　　หลาน(สาว)　侄女、外甥女
　　　　（须要区分时用หลานลุง หลานป้า หลานน้า หลานอา等）

第五代　หลาน(ชาย)　孙子、外孙
　　　　หลาน(สาว)　孙女、外孙女
　　　　（须要与第四代区分时用หลานปู่ หลานย่า หลานตา หลานยาย等）

（注：一般来说，由于亲属之间都很熟悉，相互之间称呼时都无需使用括弧里的成分。只是在向外人作介绍时，才可能会用得着这些成分。）

แบบฝึกหัด

๑. แบบฝึกหัดออกเสียง

๑) จงออกเสียงสระในคำต่อไปนี้ให้ถูกต้อง(ควรสนใจเป็นพิเศษกับเสียงสระ เ-อ ื- และ เ-ือ

(๑) เดิน เปิด เชิญ เริ่ม ประเสริฐ

(๒) หรือ ยืม หนังสือ ลืม มืด ซื้อ ถึง จึง หนึ่ง

(๓) เครื่อง เรื่อง เพื่อน เรือน เกือบ เหมือน เมือง เสื้อ เมื่อ

๒) จงอ่านคำต่อไปนี้ให้ถูกต้อง (ควรสนใจเป็นพิเศษกับเสียงสระ เ-ียว เ-ือย และ -วย

(๑) เที่ยว เดี่ยว เดี๋ยว ประเดี๋ยว เกี่ยว

(๒) เมื่อย เหนื่อย เรื่อย เปื่อย เลื่อย

(๓) ด้วย ช่วย รำมวย สวย รวย ถ้วย

๒. จงจำคำเกี่ยวกับเครือญาติต่อไปนี้ให้ได้

พ่อ	แม่	พี่	น้อง
ปู่	ย่า	ตา	ยาย

ลุง	ป้า	น้า	อา
ลูก	หลาน		

๓. นักศึกษาแต่ละคนจงบอกว่าที่บ้านมีญาติใกล้ชิดใครบ้าง เป็นชาวเมืองไหน และตอนนี้ทำอะไรอยู่ที่ไหน

๔. จงใช้คำว่า "อาจ" หรือ "คง"เติมช่องว่างในประโยคต่อไปนี้ให้ถูกต้อง

๑) เขาไม่อยู่ห้อง เขา......ยังไม่กลับ

๒) ทำไมเขายังไม่มาล่ะ เขา......ลืมเสียละกระมัง

๓) เขามีงานมาก พรุ่งนี้เขา......ไม่ว่าง

๔) ถ้าเดินเร็วๆ หน่อย ......ทันก็ได้

๕) หมู่นี้อากาศเปลี่ยนบ่อย เช้าๆ อากาศดี สายๆ ฝน......ตกก็ได้

๖) ดูซิ ฟ้าครึ้มไปหมด ฝน......จะลงมาแล้ว

๗) เธอสอบได้ดีมาก คุณพ่อรู้แล้ว......ดีใจมาก

๘) รถวิ่งช้ามาก เรา......ไปไม่ทัน

๙) ป้าของเขาอายุ......มากแล้วสิ

๑๐) เขา......ไปบ้านน้าแล้วก็ได้

๕. จงอ่านและคัดข้อความต่อไปนี้

เครือญาติ

คุณประสิทธิ์มีพี่น้องสี่คน พี่ชาย พี่สาว น้องสาวและคุณประสิทธิ์เอง นอก-จากคุณประสิทธิ์แล้ว พี่น้องของเขายังไม่มีใครแต่งงาน คุณประสิทธิ์แต่งงานแล้วแต่ยังอยู่ที่บ้านพ่อแม่เขา คุณประสิทธิ์มีลูกคนหนึ่ง เป็นผู้ชาย ชื่อแดง ที่บ้านพ่อแม่คุณประสิทธิ์มีคนทั้งหมดแปดคน

ถ้าถามคุณประสิทธ์ว่าบ้านเขามีใครบ้าง เขาจะบอกว่านอกจากตัวเขาแล้ว ยังมีพ่อ แม่ พี่ชาย พี่สาว น้องสาว ภรรยาของเขาและลูก

ถ้าถามแดงว่าบ้านเขามีใครบ้าง เขาจะบอกว่า นอกจากตัวเขาแล้ว ยังมีปู่ ย่า ลุง ป้า อา พ่อและแม่ของเขา

ถ้าถามคุณพ่อของประสิทธิ์ว่าบ้านเขามีใครบ้าง เขาจะบอกว่า นอกจากตัวเขาแล้ว ยังมีภรรยาของเขา ลูกชายสองคน ลูกสาวสองคน ลูกสะใภ้และหลาน-ชาย

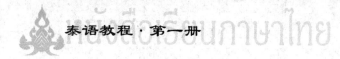

ถ้าถามพี่ชายของประสิทธิ์ เขาจะบอกว่านอกจากตัวเขาแล้วยังมีพ่อ แม่ น้องสาวสองคน น้องชายคนหนึ่ง น้องสะใภ้และหลานชาย

ถ้าถามน้องสาวของประสิทธิ์ เขาจะบอกว่านอกจากตัวเขาแล้ว ยังมีพ่อ แม่ พี่ชายสองคน พี่สาวคนหนึ่ง พี่สะใภ้และหลานชาย

ศัพท์และวลี

ญาติ	亲戚	ใกล้ชิด	密切
เครื่อง	台（量词）	แผ่น	张（纸张的量词）
ทำ	弄（丢、坏）		
เรือน	块，只（钟、表的量词）	คัน	辆
		เบียร์	啤酒
ขวด	瓶	ห่อ	包，裹；包裹
ขาด	破	วิศวกร(วิด-สะ-วะ-กอน)	工程师
แห่ง	处（处所的量词）	ลงทะเบียน	挂号，登记，注册
เครื่องเล่นเทป	=เครื่องเทป		
น้อง	弟弟；妹妹	ลูก	儿女，子女
ทั้ง	全，整	เดี๋ยวเดียว	一会儿，片刻
หลับ	睡着	พี่น้อง	兄弟姐妹
ซน	调皮	อายุ	年龄
ปู่	祖父	ย่า	祖母
เมื่อก่อน	以前	กรรมกร(กำ-มะ-กอน)	工人
ปลดเกษียณ	退休		
นอกจากนั้น	此外	ปลูก	种植
ดอกไม้	花儿	เลี้ยง	养
ปลา	鱼	หยุด	停止

บทที่ ๒๐ ญาติใกล้ชิด

แก่	老	ลืม	忘记
กระมัง	吧（语气词）	ป่านนี้	现在，此时
ทัน	来得及	....กว่า	余，多
อาจ	可能，也许	ดึก	深夜
ก็ได้	也许	บางที	兴许，或许
ร่ม	伞	เพราะ	因为
ถึง	=จึง 才	บอกไม่ถูก	说不清，难以说清
สนับสนุน	支持		
น้องสาว	妹妹	....กว่า....	较，比
วิศวะ (วิด-สะ-วะ)	工程	ดัง	响
		เดี๋ยว	一会儿，待一会儿
หิว	饿		
งาน	活动，盛典，庆典，......会	ข้างนอก	外面
		เดียว	一，单一，唯一
ท่า....	看样子......		
แย่	糟	น้องชาย	弟弟
เหล่านั้น	那些	เผา	烧
เบื่อ	厌烦	แตก	破碎
หัก	（折）断	ลบ	擦去
ล้าสมัย	过时	ฉีก	撕
ตาย	死，（表）停	ง่วง	困乏
ชาว	人	ชาวเมืองไหน	什么地方人，何地人
ทั้งหมด	总共，全部		
รำมวย	打拳	ยาย	外祖母
ตา	外祖父	ไม่ยัก....	竟不......
ร่วม....	将近，接近（某个数）	เสีย	=ตาย 去世
		ลูกคนโต	老大
มิน่า(เล่า)	怪不得	เกือบ	几乎

เลย	（语气助词）	ที	=ครั้ง
พี่ชาย	哥哥	พี่สาว	姐姐
ลูกพี่ลูกน้อง	堂兄、弟、姐、妹；表兄、弟、姐、妹	ลูกชาย	儿子
		ลูกสาว	女儿
		หลาน	侄（子、女）；孙（子、女）
ภรรยา	妻子		
เครือญาติ	亲属、氏族	แต่งงาน	结婚
ลูกสะใภ้	儿媳	หลานชาย	侄子；孙子
น้องสะใภ้	弟媳	พี่สะใภ้	嫂子

บทอ่านประกอบ

ดวงแก้วเอามือลูบหลังสีเทาเบาๆ แล้วบอกกับชูใจว่า "แมวของเธอน่ารักจริงนะ สีสวย ขนเรียบและสะอาดดี"

ชูใจยิ้มและพูดว่า "ดวงแก้ว ช่วยหยิบลูกโป่งที่ข้างโอ่งน้ำให้ฉันด้วย ฉันจะเอามาให้สีเทาเล่น มันชอบเล่นลูกโป่งมาก"

ดวงแก้วหันไปหยิบลูกโป่งมาส่งให้ชูใจ พร้อมกับถามอย่างสนใจ

"เธอซื้อจากที่ไหนจ๊ะ ฉันอยากได้บ้าง"

"เขาขายที่ข้างวัด ย่าซื้อมาให้เมื่อเช้านี้" ชูใจตอบ สีเทาเล่นลูกโป่ง ที่ลูกโป่งมีรูปปลา มันพยายามจะจับปลาที่ลูกโป่งให้ได้ ดวงแก้วชอบใจและบอกกับชูใจว่า

"สีเทาคงคิดว่าปลาที่ลูกโป่งเป็นปลาจริงๆ นะชูใจ" ชูใจบอกว่า "ใช่" แล้วถามว่า "เธอเลี้ยงแมวบ้างหรือเปล่า"

"บ้านป้าที่ฉันอยู่ด้วยมีแมวสองตัว ตัวแรกชื่อทองคำ อีกตัวหนึ่งชื่อทองแดง เจ้าทองคำน่ารักดี แต่เจ้าทองแดงไม่ค่อยน่ารัก" ดวงแก้วบอก

ชูใจสงสัยจึงถามว่า "มันเป็นอย่างไรล่ะ"

"เวลาฉันเอาข้าวให้มันกิน เจ้าทองแดงกินเลอะเทอะ ส่วนเจ้าทองคำกินอย่างเรียบร้อย พอมันกินอิ่มแล้ว มันจะไปกินน้ำในอ่างเล็กๆ ที่ฉันหาไว้ให้มัน" ดวงแก้วตอบ

"แมวของเธอจับหนูเก่งไหม สีเทาของฉันจับเก่งมาก" ชูใจกล่าวพร้อมกับลูบหลังสีเทา

"เก่งซี ตอนกลางวันมันจะนอนเงียบ แต่พอตอนกลางคืนจะวิ่งจับหนูเกือบทุกคืน บางทีก็วิ่งชนกองหนังสือ กระป๋อง หรือไม่ก็ของในครัว ฉันต้องคอยเก็บอยู่เสมอ" ดวงแก้วเล่า

"สีเทาของฉันก็ซนเหมือนกัน มันชอบเล่นถุงและกระดาษห่อของ วันหนึ่งปีติเก็บแตงกวาจากไร่ เขาแบ่งใส่ถุงกระดาษมาให้ย่า มันเล่นจนถุงแตงกวาแตก" ชูใจเล่า

ดวงแก้วคุยกับชูใจอยู่นาน ได้ยินเสียงกลองจากวัดดังขึ้น จึงถามชูใจว่า "สิบเอ็ดนาฬิกาแล้วใช่ไหม" ชูใจตอบว่า "ใช่"

"ฉันอยู่ที่นี่หลายชั่วโมงแล้วซี ฉันจะต้องกลับบ้านแล้วล่ะ" ดวงแก้วจึงลาชูใจกลับบ้าน

ศัพท์และวลีในบทอ่าน

ลูบ	抚摸	หลัง	脊背
เบา ๆ	轻轻地	แมว	猫
น่ารัก	可爱	ขน	毛
เรียบ	光滑，平整	หยิบ	拿，捡
ลูกโป่ง	气球	โอ่งน้ำ	水缸
หัน	转身，转（过去）	....บ้าง	也（像人家那样）
เขา	他们，人家	วัด	庙宇
รูป	图画	....ให้ได้	一定要（达到某个目的）
ชอบใจ	高兴，喜欢		
คิดว่า	以为，认为	แรก	第一，首先
ทองคำ	金	ทองแดง	铜

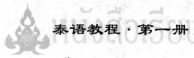

เจ้า....	冠于某个人或动物名前,指这个人或动物	สงสัย	怀疑
		เป็นอย่างไร	怎么了
		เลอะเทอะ	脏兮兮的
เรียบร้อย	斯文,规矩	อ่าง	盆,缸
หนู	老鼠	เงียบ	安静
ชน	撞	กอง	堆
คอย	守候,(专注地)等候	....อยู่เสมอ	经常,常常
		ถุง	袋
แตงกวา	黄瓜	แบ่ง	分
กลอง	鼓		

บทที่ ๒๑ เจ็บป่วย

รูปประโยคและการใช้คำ

๑. เมื่อ.... 用来连接一个时间名词或名词短语以修饰谓语或做主语。一般都是表示过去的某个时间。

ตัวอย่าง

> เขาไปเมื่อไหร่
> - (เขาไป)เมื่อเช้า
>
> เขามาเมื่อไหร่
> - (เขามา)เมื่อ ๒ วันก่อน
>
> เมื่อคืนเธอหายไปไหน
> - ไปเยี่ยมคุณน้าที่โรงพยาบาล

แบบฝึกหัด๑ จงแปลประโยคต่อไปนี้ให้เป็นภาษาจีน（将下列句子译成汉语。）

> ๑) ฉันเคยพบเขาครั้งหนึ่งเมื่อ ๓ เดือนก่อน
> ๒) เขาเพิ่งออกไปเมื่อสักครู่นี้เอง
> ๓) เขากลับเมื่อวาน
> ๔) เมื่อคืนฉันปวดหัวมาก
> ๕) เมื่อเช้า ฉันไม่ได้ฟังวิทยุ
> ๖) เขาไปเมื่อเย็นวาน
> ๗) ฉันเป็นหวัดมาตั้งแต่เมื่อวานซืน
> ๘) เมื่อตะกี้เขายังอยู่นี่

แบบฝึกหัด ๒ จงตอบคำถามต่อไปนี้（回答下列问题。）

๑) เธอกลับถึงนี่เมื่อไร
๒) เขาออกไปเมื่อไร
๓) เธอรู้สึกตัวร้อนแต่เมื่อไร
๔) เขามีจดหมายมาถึงเธอเมื่อไร
๕) เขาส่ง EMS มาเมื่อไร

สนทนา (คุยกันระหว่างเฉินชางกับอาจารย์)

เฉินชาง	อาจารย์ครับ อี้เขาป่วย
อาจารย์	เขามีไข้ไหม
เฉินชาง	มีครับ เมื่อคืนไข้สูง 39.5 (สามสิบเก้าจุดห้า)องศา
อาจารย์	เขาไปหาหมอหรือเปล่า
เฉินชาง	ไปครับ เขาไปเมื่อเย็นวาน
อาจารย์	หมอว่าเป็นอะไร
เฉินชาง	ยังไม่ทราบครับ

๒. ....ไปหมดทั้ง(ทุก)... 这是个常用的句子格式。"ไปหมด" 是副词，前面总是一个说明状态的谓语，"....ไปหมด" 说明全部都形成了那种状态。"ทั้ง(ทุก)" 后面是一个具有那种状态的物体（或时间、数量）的名词，"ทั้ง(ทุก)...." 是强调 "整个" 或 "所有" 那些物体（或时间、数量）。整个句型相当于汉语的 "全……都……"，"整个……（全）都……" 或 "每（量词）……都……"。

ตัวอย่าง เมื่อยไปหมดทั้งตัว
ข้าวของเต็มไปหมดทั้งห้อง (ทุกห้อง)
ยุ่งไปหมดทั้งวัน (ทุกวัน)

บทที่ ๒๑ เจ็บป่วย

แบบฝึกหัด จงเติมช่องว่างให้ได้ความตามตัวอย่าง（仿照例句填空。）

๑) เมื่อย........แขน
๒) เปียก........ตัว
๓) หมู่นี้งานยุ่ง........เกือบ........วัน
๔) เปื้อน........ตัว
๕) เหม็น........ห้อง
๖) ไฟดับ........ตึก
๗) ของที่นี่แพง........อย่าง
๘) จับเป็นน้ำแข็ง........สระ

สนทนา (คุยกันระหว่างเพื่อนนักศึกษา)

- วันนี้รู้สึกไม่ค่อยสบาย เมื่อยไปหมดทั้งตัว
- ท่าจะเป็นหวัดกระมัง
- อือ ท่าจะใช่
- หมู่นี้อากาศเปลี่ยนมาก ประเดี๋ยวร้อน ประเดี๋ยวเย็น ไม่ระวังให้ดีเป็นหวัดได้ง่าย

๓. ....เถอะ 语气助词，用在句末表示邀约、催促、请求或允许等语气。

ตัวอย่าง
เราเรียนกันเถอะ
เร็วหน่อยเถอะ ได้เวลาแล้ว
ไปด้วยกันกับเราเถอะ
ต้องรอเขาไหม   - ไม่ต้อง ไปเถอะ

แบบฝึกหัด จงทำประโยคต่อไปนี้ให้เป็นประโยคแสดงการชักชวน ยินยอม ฯลฯ โดยเติมคำว่า"เถอะ"ลงไปให้ถูกต้อง (将"เถอะ"正确地加入下列句子中，使这些句子带邀约、允许等的语气。)

๑) เธอไม่ค่อยสบาย กลับไปพักก่อน
๒) อยากไปก็ไป
๓) นอน ๕ ทุ่มแล้ว
๔) กิน เดี๋ยวเย็นหมด
๕) รอประเดี๋ยว เขากำลังลงมา
๖) ห้องนี้ร้อน ถอดเสื้อนอกออกเสีย
๗) เธอถูพื้น ฉันจะเช็ดหน้าต่าง
๘) เดินเร็วหน่อย เดี๋ยวไปไม่ทัน

สนทนา (คุยกันระหว่างอาจารย์กับนักศึกษาที่ป่วย)

อาจารย์　　วันนี้รู้สึกเป็นยังไงบ้าง
นักศึกษา　　รู้สึกค่อยยังชั่วขึ้นมากแล้วครับ พรุ่งนี้คงไปเรียนได้
อาจารย์　　พักให้หายเสียก่อนเถอะ ไม่ต้องเป็นห่วงเรื่องเรียนหรอก หายแล้วค่อยว่ากัน
นักศึกษา　　พรุ่งนี้คงหายครับ

๔. ยัง....อยู่ 这个句型用于表示某种现象继续存在或某个动作继续在进行，相当于汉语的"还（在）……着"、"仍然还……"、"还……着呢"等。

ตัวอย่าง　　เขายังป่วยอยู่
　　　　　　อากาศยังร้อนอยู่

แบบฝึกหัด จงเติมช่องว่างให้ได้ความตามตัวอย่าง (仿照例句填空。)

๑) อากาศ........หนาว........
๒) ฝน........ตก........
๓) อี้........นอน........
๔) เสื้อ........ชื้น........

> ๕) ผักเหล่านี้........สด........
> ๖) ห้องนี้........ว่าง........
> ๗) รู้สึกหัว........ปวด ๆ ....
> ๘) เครื่องเทปของเธอ........ใช้ได้........ใช่ไหม
> ๙) ประเทศเหล่านั้น........ยากจน........
> ๑๐) เขา........มีความลำบาก........ไม่น้อย

สนทนา (คุยกันระหว่างอาจารย์กับนักศึกษาที่ป่วย)

> อาจารย์   ปวดหัวมากไหม
> นักศึกษา   เมื่อคืนปวดหัวมากครับ นอนไม่หลับ วันนี้หายแล้ว แต่ยังมึน ๆ อยู่หน่อย
> อาจารย์   วันนี้ไปหาหมอหรือเปล่า
> นักศึกษา   ไม่ได้ไปครับ ยายังมีอยู่ พรุ่งนี้ผมคงไปเรียนได้
> อาจารย์   ไม่ต้องใจร้อนหรอก พักให้หายเสียก่อนเถอะ

๕. ....ทุกที 表示数量、程度随时间的推移或事物的发展而不断增加或减少。前面动词或形容词后往往还带有 **ขึ้น ลง ไป มา** 等趋向动词。

ตัวอย่าง
> อากาศหนาวลงทุกที
> เราใกล้ที่หมายเข้าไปทุกที

แบบฝึกหัด จงทำประโยคข้างล่างให้เป็นประโยคที่สมบูรณ์ตามตัวอย่าง (按例句要求使下列句子成为完整的句子。)

> ๑) อากาศหนาวแล้ว อุณหภูมิลด........
> ๒) อากาศร้อนแล้ว อุณหภูมิสูง........
> ๓) เข้าหน้าหนาวแล้ว กลางวันสั้น........
> ๔) เข้าหน้าร้อนแล้ว กลางวันยาว........
> ๕) อาการป่วยของเขาดี........

๖) อาการป่วยของเขาทรุด........
๗) ปักกิ่งสะอาดและสวย........
๘) โรคภัยไข้เจ็บน้อย........
๙) เครื่องบินบินต่ำ........
๑๐) วันสอบใกล้เข้า........

บทสนทนา

(คุยกันระหว่างอาจารย์กับนักศึกษา)

หัวหน้าชั้น	อาจารย์ครับ เล็กเขาไม่สบาย วันนี้มาเรียนไม่ได้ ขอลาหยุดวันหนึ่งครับ
อาจารย์	เขาเป็นอะไรไปล่ะ
หัวหน้าชั้น	เป็นหวัดครับ
อาจารย์	เขาไปหาหมอหรือเปล่า
หัวหน้าชั้น	ผมยังไม่ทราบครับ
หวางหง	ไปค่ะ ไปเมื่อเย็นวาน หมอให้ยา ๒-๓ อย่าง ยาแก้หวัด แก้ไอ แก้ปวดหัว
อาจารย์	เขามีไข้ไหม
หวางหง	มีค่ะ เมื่อคืนไข้สูงไม่เบา ๓๘.๙ องศา แต่เมื่อเช้านี้ไข้ลดแล้วค่ะ ๓๗.๕ องศา
อาจารย์	เลิกเรียนแล้วครูจะไปเยี่ยมเขาหน่อย อากาศเย็นลงทุกที เราต้องสนใจสุขภาพให้มาก เอา เรียนกันเถอะ

(อาจารย์ไปเยี่ยมหลี่เวย์)

อาจารย์	เป็นไง ค่อยยังชั่วหน่อยหรือยัง
หลี่เวย์	ค่อยยังชั่วหน่อยแล้วค่ะ
อาจารย์	ยังมีไข้ไหม
หลี่เวย์	ยังมีอยู่นิดหน่อยค่ะ ๓๗.๕ องศา

อาจารย์	ปวดหัวมากไหม
หลี่เวย์	เมื่อคืนปวดมากค่ะ นอนไม่หลับ วันนี้หายแล้ว แต่ยังมึน ๆ อยู่หน่อย เมื่อยไปหมดทั้งตัวค่ะ
อาจารย์	คงไม่เป็นไรหรอก พักให้หายเสียก่อนเถอะนะ ไม่ต้องเป็นห่วงเรื่องเรียน หายแล้วค่อยว่ากัน
หลี่เวย์	อีกวันสองวันหนูคงไปเรียนได้ค่ะ
อาจารย์	มีอะไรจะให้ครูช่วยบอกนะ ไม่ต้องเกรงใจ
หลี่เวย์	ไม่มีอะไรค่ะ ขอบคุณอาจารย์มากค่ะ
อาจารย์	พักผ่อนมาก ๆ นะ ครูยังมีธุระอยู่หน่อย เห็นจะต้องไปละ
หลี่เวย์	สวัสดีค่ะ
อาจารย์	สวัสดี

แบบฝึกหัด

๑. แบบฝึกหัดอ่านออกเสียง

๑) จงสนใจการออกเสียง -ิว เ-ว แ-ว ในคำต่อไปนี้ให้ดี

เร็ว แล้ว หิว แก้ว เข้าคิว เหว ผิวหนัง ริ้วรอย เข้าแถว สะเอว แผ่วเบา เสียงแจ๋ว เปลวไฟ เลวทราม

๒) จงอ่านประโยคต่อไปนี้และให้สังเกตเสียงสั้นเสียงยาว

(๑) เขาไปโรงพยาบาลเมื่อเย็นวาน หมอให้ยา ๒-๓ อย่าง ยาแก้หวัด ยาแก้ไอ ยาแก้ปวดหัว วันนี้เขารู้สึกค่อยยังชั่วขึ้นเยอะ

(๒) เมื่อคืนปวดหัวมาก นอนไม่หลับ วันนี้รู้สึกค่อยยังชั่ว แต่ยังมึน ๆ อยู่ เมื่อยไปหมดทั้งตัว อีกวันสองวันคงหาย

(๓) พักให้หายเสียก่อนเถอะ ไม่ต้องห่วงเรื่องเรียนหรอก หายแล้วค่อยกวดกัน พวกเราจะช่วย

๒. จงใช้คำว่า "เมื่อ" หรือ "ใน" เติมช่องว่างในประโยคต่อไปนี้ให้ถูกต้อง

๑) เขาจะกลับบ้าน........๒-๓ วันนี้

๒) ฉันเคยเจอะเขาครั้งหนึ่ง........๒-๓ วันก่อน
๓) เขาจะไปเซี่ยงไฮ้........เร็ว ๆ นี้
๔) ....เร็ว ๆ นี้ ฝนตกบ่อย
๕) เขาเพิ่งกลับมาจากบ้าน........อาทิตย์ที่แล้ว
๖) เขาอาจจะกลับ........อาทิตย์นี้
๗) เขาว่าหนังเรื่องนี้จะฉาย........เร็ว ๆ นี้
๘) หนังเรื่องนี้ฉันดูมาแล้ว........ปีกลาย

๓. จงเติมคำว่า"ซี""นะ"และ"เถอะ"ลงไปในประโยคต่อไปนี้ให้ถูกต้อง แล้วอธิบายว่า คำเหล่านี้แสดงความหมายอะไรบ้าง

๑) เขาอยู่ที่ไหน
๒) เธอกินก่อน
๓) ฉันกลับก่อนละ
๔) เขาคงมานานแล้ว
๕) เขาแสดงได้ดีมาก
๖) เอาไปใช้ ฉันยังมีอีก
๗) อยากได้ก็ไปซื้อ
๘) เล่าให้เราฟังบ้าง
๙) เธอไปก่อน ฉันยังมีธุระ
๑๐) ท่านแข็งแรงดีมาก
๑๑) พรุ่งนี้เราพบกันที่นี่
๑๒) ค่ำแล้ว กลับ
๑๓) เขาเป็นชาวเมืองไหน
๑๔) มาใกล้หน่อย ฟังไม่ได้ยิน
๑๕) เร็ว ๆ หน่อย จะไม่ทันแล้ว
๑๖) ไม่เป็นไรหรอก พูด
๑๗) บ้านเขาคงรวยมาก
๑๘) ไม่รู้ก็ถาม

๔. จงทบทวนและหัดใช้คำที่ใช้ในการถามต่อไปนี้

ไหม	ใช่ไหม
อะไร	อะไรบ้าง
ใคร	ไหน
ที่ไหน	กี่.....
เท่าไหร่(เท่าไร)	เมื่อไหร่(เมื่อไร)
ยังไง(อย่างไร)	เป็นไง(เป็นยังไง เป็นอย่างไร)
ทำไม	หรือ
แล้วหรือ	หรือยัง
หรือเปล่า	ไม่ใช่หรือ
หรือยังไง	

๕. จงอ่านและคัดข้อความต่อไปนี้

  เราออกกำลังกายกันทุกวัน สุขภาพของเราดีทุกคน ปกติเราไม่ค่อยเจ็บป่วย จะมีก็แต่อาการเจ็บป่วยเล็ก ๆ น้อย ๆ เช่นปวดหัว ปวดฟัน เป็นหวัด ฯลฯ เมื่อใครไม่สบาย ก็ไปรักษาที่โรงพยาบาลของมหาวิทยาลัยได้

  โรงพยาบาลของมหาวิทยาลัยอยู่ไม่ไกลจากหอพักนักศึกษาเรานัก เป็นตึก ๔ ชั้น มีแผนกต่าง ๆ เกือบทุกแผนก มีเตียงคนไข้ร่วมร้อยเตียง การรักษาพยาบาลของเราเสียเงินเพียงเล็กน้อย เราจึงไม่ต้องเป็นห่วงเรื่องค่ารักษาพยาบาล

ศัพท์และวลี

เจ็บป่วย	病痛	หาย	（人）不见了, 失踪了；（病）愈,（病）好了
เมื่อ	当...时候		
สักครู่	一会儿, 片刻		
....เอง	就……（副词）	ปวด	疼, 痛
หัว	头	ปวดหัว	头疼

泰语教程·第一册

วิทยุ	无线电广播	หวัด	感冒
เป็นหวัด	（患）感冒	ตั้งแต่	自从，从
เมื่อตะกี้	刚才	ตัว	身体，躯体，自身
ตัวร้อน	发烧		
แต่	=ตั้งแต่ 从	ไข้	烧，病
มีไข้	发烧	จุด	点
องศา	度（量词）	โรค	病
เมื่อย	酸痛	ข้าวของ	东西，物品
เต็ม	满	ยุ่ง	忙
หมู่นี้	近来	เปียก	湿
เปื้อน	弄脏	เหม็น	臭
ดับ	熄灭	น้ำแข็ง	冰
จับเป็นน้ำแข็ง	结冰	เปลี่ยน	变
เย็น	凉	ลง	下；（表示向下的、趋坏的趋向动词）
ถอด	脱		
นอก	外		
เสื้อนอก	外衣	ค่อยยังชั่ว	稍有好转
ค่อยว่ากัน	（以后）再说	ชื้น	潮湿
ผัก	蔬菜	สด	新鲜
มึน	晕	ยา	药
ใจร้อน	性急，着急	....ทุกที	渐渐地，逐渐地，越来越……
ใกล้	近		
ที่หมาย	目的地		
อุณหภูมิ(อุน-หะ-พูม)	气温	ลด	减少，减退
		เข้า	进，进入
หน้า	季节	หน้าหนาว	冬天，凉季
หน้าร้อน	夏天，热季	อาการ	病情
ทรุด(ซุด)	（病情）恶化	โรคภัยไข้เจ็บ	疾病

บทที่ ๒๑ เจ็บป่วย

บิน	飞	เครื่องบิน	飞机
ต่ำ	低	เป็นอะไรไป	怎么啦，生什么病啦
แก้	治		
ไอ	咳嗽	เบา	轻
ไม่เบา	不轻；相当	ไข้ลด	退烧了
กวด	赶，追；补（课）	ปีกลาย	去年
		ได้ยิน	听见
รวย	富	....แต่....	只...
รักษา	治疗	ชั้น	层
แผนก	科，部门	เตียงคนไข้	病床
พยาบาล	护理	เสีย	花费
เพียง	仅	ค่า	费
ค่ารักษาพยาบาล	医疗费		

บทอ่านประกอบ

    วันหนึ่งในเดือนมิถุนายน ฝนตกแต่เช้า พอฝนหาย เด็กๆ จึงไปโรงเรียน เมื่อมาถึงโรงเรียน ปิติมองเห็นรุ้งกินน้ำเป็นรูปโค้งอยู่ทางทิศตะวันตก จึงชี้ให้เพื่อนๆ ดูที่หน้าต่าง ครูไพลินเห็นนักเรียนสนใจมาก จึงพาลงไปดูข้างล่าง

    ครูไพลินถามว่า "ใครจะบอกครูได้บ้างคะว่า รุ้งกินน้ำมีสีอะไรบ้าง"

    สมคิดตอบก่อนคนอื่นว่า "ผมครับ ผมตอบได้ครับ มีหลายสี"

    ครูไพลินบอกสมคิดว่า "เวลาตอบต้องตอบให้ตรงคำถาม เช่นถ้าถามว่าสีอะไรบ้าง ก็ต้องบอกชื่อสี ไม่ใช่ตอบว่ามีหลายสี"

    "มีสีแดง สีเหลือง สีเขียว และสีม่วงค่ะ" ชูใจตอบบ้าง

    ครูไพลินอธิบายว่า "ที่จริงรุ้งมี ๗ สีเรียงกัน แต่ชูใจมองด้วยตาเปล่า จึงเห็นเพียง ๔ สี สีที่อยู่ชิดกันจะปนกันจนเห็นเป็นสีเดียว นักเรียนดูให้ดีซีคะ"

    นักเรียนจ้องดูรุ้ง พร้อมกับคุยกันเบาๆ ชูใจเล่าว่า "ฉันเคยเห็นรุ้งเกิดตอนฝนหยุดในเวลาเช้าและเย็น รุ้งคงจะเกิดหลังฝนตกแน่"

มานีพูด “มันคงจะเกิดในฤดูฝนเท่านั้น”

สมคิดพูด “ฉันว่ารุ้งอาจจะเกิดในหน้าแล้งก็ได้”

“นักเรียนพูดถูกทุกคน รุ้งจะเกิดหลังฝนตกและมีแสงแดด ทั้งหน้าแล้งและหน้าฝนรุ้งก็เกิดได้ถ้ามีแสงแดดอ่อนหลังฝนตก” ครูไพลินอธิบาย

ปีติพูด “ผมว่ารุ้งเกิดเมื่อไรก็ได้ ผมเคยทำรุ้งได้ครับ”

สมคิดหันมาค้านปีติว่า “รุ้งเกิดขึ้นเอง ฉันว่าเธอทำไม่ได้แน่”

“ได้ซี ฉันเอาก้านมะละกอเป่าฟองสบู่เป็นรุ้งได้ ฉันทำหลายครั้งแล้ว ไม่เชื่อฉันจะทำให้ดูก็ได้” ปีติบอก

“อย่าเถียงกันเลย” ครูไพลินห้าม และอธิบายต่อ “ฟองสบู่มีสีรุ้ง แต่ไม่ใช่รุ้ง”

“ทำไมรุ้งจึงกินน้ำคะ” ชูใจถาม ครูไพลินยิ้ม และบอกว่า “คงเป็นเพราะมันเกิดหลังฝนตกและยังมีน้ำอยู่ คนจึงคิดว่ารุ้งกินน้ำ”

ศัพท์และวลีในบทอ่าน

มิถุนายน	六月	หาย	（雨）停
รุ้ง , รุ้งกินน้ำ	彩虹	โค้ง	弯的
ทิศ	方向	ข้างล่าง	下面
ตอบ	回答	ตอบให้ตรงคำถาม	针对所问的问题回答（不要答非所问）
เหลือง	黄		
ที่จริง	其实		
มองด้วยตาเปล่า	用肉眼看		
ชิด	挨着，紧靠	ปน	混杂
เห็นเป็นสีเดียว	看成一种颜色	เกิด	产生，发生
ฝนหยุด	雨停了	หน้าแล้ง	旱季
แสงแดด	阳光	ทั้ง....และ....	又……又……，……和……都……
อ่อน	弱		

บทที่ ๒๑ เจ็บป่วย

เมื่อไรก็ได้	什么时候都可以	ค้าน	反对，反驳
มะละกอ	木瓜	ก้าน	叶柄
ฟอง	泡沫	เป่า	吹
ห้าม	制止，禁止	เถียง	争辩

词 汇 表

ก

ก็(อ่านว่าก้อ)	也	13
ก็	就	14
....ก็แล้วกัน	……得了，……吧（语气词）	19
ก็....เหมือนกัน	也一样	13
กรรไกร	剪刀	16
กรรมกร(กำ-มะ-กอน)	工人	20
กระดานดำ	黑板	16
กระดาษ	纸张	2
กระติก	水壶	16
กระติกน้ำร้อน	暖壶	16
กระป๋อง	口杯，罐头	17
กระเป๋า	包，兜	4
กระเป๋ากางเกง	裤兜	4
กระเป๋าเสื้อ	衣兜	4
กระเป๋าหนังสือ	书包	4
กระมัง	吧（语气词）	20
กรุณา(กะ-รุ-นา)	请	14
กลับ	回去	7
กลัว	怕	18
กลางคืน	黑夜，夜里	15
กลางวัน	白天	15
กว่า	较，比；余，多	20
กว้าง	宽敞	10
กวาด	扫	5
....ก่อน	先	4
ก่อน....	前	13
กะละมัง	脸盆	3
กัน	（副词）	7
กันเอง	自己人	17
กับ	跟，同，与	14
กางเกง	裤子	3
กายบริหาร	体操	15
การ	（使动词名词化的词头）	15
การกระทำ	行为	14
การใช้คำ	词的用法	13
การบ้าน	作业	13
การเมือง	政治	18
กำลัง....	正在……	6
กำลัง....อยู่	正……着	6
กิน	吃	13
กี่	几	11
กีตาร์	吉他	17
กีฬา	体育运动	8
เก่ง	棒；能干	17
เก็บ	收，收拾	19
เกรงใจ	客气	17
เกะกะ	碍事；杂乱	16

词汇表

เกาหลี	朝鲜	15
เก่า	旧	15
เก้า = ๙	九	11
เก้าอี้	椅子	1
เกือบ	几乎	20
แก	他（熟悉的人之间使用）	19
แก่	老	20
แก้	治	21
แก้ไข	改，纠正	18
ใกล้	近	21
ใกล้ชิด	密切	20
ไกล	远	19

ข

ขนม	点心	19
ขยัน	用功，勤奋	9
ขวด	瓶	20
ขอ	请，请求	14
ขอโทษ	对不起	3
ข้อ	条，个（量词）	14
ข้อสังเกต	注解	13
ของ	的	3
ของ	东西，物品	7
ขอบคุณ	谢谢	2
ขับ	驾驶	17
ขา	（女性用应声用词）	1
ขา	腿	2
ข้างนอก	外面	20

ขาด	破	19
ขาด	缺	20
ขาย	卖	19
ขาว	白	19
ข้าว	米饭	6
ข้าวของ	东西，物品	21
ขี่	骑	17
ขึ้น	上	13
ขึ้น	（表示好的、向上的趋向动词）	16
เขา	他，她	3
เขา	他们	7
เขา	人家	17
เขาว่า	据说	17
เข้า	进，进入	21
เข้าใจ	明白，懂	6
เข้าเรียน	上课	7
เขียน	写	6
แข็ง	硬	19
แข็งแรง	健壮	15
แข่ง	赛，比赛	15
แข่งขัน	比赛	15
แขน	胳膊	2
ไข้	烧，病	21
ไข้ลด	烧退了	21

ค

คง	可能，大概	17
คณะ	（大学里的）学院	11

227

คน	人；个（人的量词）	9
ครั้ง	次	17
ครับ	（男性用表示礼貌的语尾助词和应声用词）	1
ครึ่ง	半	12
ครู	老师	13
ครู่หนึ่ง	一会儿，片刻	18
คล่อง	流利	16
ควร	应该	14
ความคิดถึง	想念	18
ความลับ	秘密	17
ความหมาย	意义	14
ค่อย	再	16
ค่อยยังชั่ว	稍有好转	21
ค่อยว่ากัน	再说	21
คะ	（女性用表示礼貌的语尾助词，用于问话）	1
ค่ะ	（女性用表示礼貌的语尾助词，用于叙述或答话）	1
คะแนน	分	14
คัด	抄写	14
คัน	辆	20
คับ	窄，紧	19
ค่า....	……费	21
คำ	词；字	13
คำว่า....	……这个词	14
ค่ำ	（天色）黑	13
คิด	想	14
คิดถึง	想念	18
คืน	还	16
คืนนี้	今天晚上	13
คุณ....	（在称呼对方时加在对方姓名前表示尊重）	1
คุณ	你（或您）	3
คุณ	你们	7
คุย	聊天，谈心	7
คู่	双，对	19
เคย	曾经	15
เครือญาติ	亲属，氏族	20
เครื่อง	台（量词）	20
เครื่องเขียน	文具	13
เครื่องใช้	用具	13
เครื่องเทป	录音机，收录机	17
เครื่องนอน	被褥，床上用品	16
เครื่องบิน	飞机	21
เครื่องมือ	工具	13
เครื่องเล่นเทป	=เครื่องเทป 录音机	20
แคบ	窄	10
ใคร	谁	3

ง

ง่วง	困乏	20

งั้น	那么，那	13
งาน	工作	14
งาน	活动，盛典，庆典，……会	20
งานกีฬา	运动会	19
งานรื่นเริง	联欢会	17
ง่าย	容易	10
ง่าย ๆ	简单	14
งิ้ว	戏	17
เงิน	银	13
....ไงล่ะ	不是……吗	17

จ

จดหมาย	信	13
จด	记	16
จบ	完，终了	13
จริง	真	13
จวน	即将，快（要）	13
จอ	屏幕	19
จะ	要，将要	5
จักรยาน(จัก-กระ-ยาน)	自行车	17
จัด	整理	5
จัด	安排	13
จับเป็นน้ำแข็ง	结冰	21
จาก	从，由	14
จาน	盘子	19
จ่าย	支付	19
จำ	记	13
จำนวน	数目	11
จีน	中国	8
จึง	才	14
จุด	点	21
เจ็ด = ๗	七	11
เจ็บ	疼痛	15
เจ็บป่วย	病痛	21
เจอะ	遇见	13
ใจร้อน	性急，着急	21

ฉ

ฉลาด	聪明	14
ฉัน	我	13
ฉาย	放映	15
ฉีก	撕	20

ช

ชม	赞扬，称赞	17
ชวน	邀	18
ช่วย	帮	16
ชอบ	喜欢	15
ชัด	清楚，清晰	15
ชั้น	年级	11
ชั้น	层	21
ชั่วโมง	小时；节（课时）	13
ช้า	慢	14
ชาม	碗	5
ชาย	男	9
ชาว	人	20

ชาวเมืองไหน	什么地方人，何地人	20
ชิ้น	件	14
ชีวิต	生活	18
ชื้น	潮湿	21
ชื่อ	名字；叫……名字	3
ชื่อเล่น	小名	14
ชุด	套	19
เช็ด	擦，抹	5
เช่น	例如	14
เช้า	早晨	13
เช้านี้	今天早晨；今天上午	13
เชิญ	请	4
ใช่	是的	2
ใช่ไหม	是吗	2
ใช้	用	13

ซ

ซน	调皮	20
ซ่อม	修理	19
ซ้อม	排练	17
ซัก	（搓）洗	5
ซักผ้า	（泛指）洗衣服	5
ซี (ซิ่,สิ)	啊（语气助词）	15
....ซึ่งกันและกัน	互相	18
ซื้อ	买	7
ซุนยัดเซน	孙中山（孙逸仙）	17
เซี่ยงไฮ้	上海	16

ญ

ญาติ	亲戚	20
ญี่ปุ่น	日本	15

ด

ดนตรี	音乐	15
ด้วย	也……，还……	15
ด้วยกัน	一起	11
ดอกไม้	花儿	20
ดัง	响	20
ดับ	熄灭	21
ด้าม	支（钢笔的量词）	11
ดิฉัน	我（女性用）	3
ดินสอ	铅笔	1
ดี	好	5
....ดี	很……	15
ดีใจ	高兴	13
ดึก	深夜	20
ดื่ม	喝	10
ดู	看	6
เดิน	行走	17
เดินเล่น	散步	17
เดียว	一，单一，唯一	20
เดี๋ยว	一会儿，待一会儿	20
เดี๋ยวเดียว	一会儿，片刻	20
เดี๋ยวนี้	现在	16
เดือน	月	16
แดง	红	19
แดด	阳光	16

词汇表

แดดดี	阳光好	16
....ได้	行	12
ได้	得到	14
ได้....	得以，可以	15
ได้ยิน	听见	21

ต

ตก	落，掉下	17
ตกลง	决定	17
ตรง	正	12
ตรง....	……地方	13
ตรงกลาง	中间	16
ตรงหน้า	面前	16
ตรวจ	检查	19
ต่อ	继续	18
ต้อง	要，必须	14
ต้องการ	需要	19
ตอน	段	13
ตอนค่ำ	晚上	13
ตอนเช้า	早上	15
ตอนบ่าย	下午	15
ตอนเย็น	傍晚，黄昏	13
ตั้งใจ	打算	13
ตั้งแต่	自从，从	21
ตัด	剪	16
ตัว	（桌椅板凳、衣裤和大多数动物的量词）	9
ตัว	件（量词）	13
ตัว	身体，躯体，自身	21
ตัวร้อน	发烧	21
ตัวอย่าง	例子	13
ตั๋ว	票	15
ตา	眼睛	1
ตา	外祖父	20
ตาราง	表格	13
ตารางสอน	课程表	13
ต่างกัน	不同	14
ต่าง ๆ	各种，种种	14
ต่างประเทศ	外国	13
ตาม	找（来），叫（来）	19
ตามปรกติ(-ปรก-กะ-ติ)	平常，通常	13
ตามปกติ(-ปก-กะ-ติ)	= ตามปรกติ	15
ตาย	死；（表）停	20
ต่ำ	低	21
ติด	粘贴，使其附着于、固定于某物	16
ติดธุระ	有事	19
ตี	……点（晚1-5点用）	18
ตึก	（砖、水泥结构的）房子，楼房	13
ตึกทำงาน	办公楼	13
ตื่น	醒	18
ตื่นนอน	起身	12

231

เต้นรำ	跳舞	17
เต็ม	满	21
เตรียม	准备	13
เตรียมตัว	做准备	17
เตี้ย	矮	9
เตียง	床	2
เตียงคนไข้	病床	21
แต่	但是	13
แต่ = ตั้งแต่	从	21
แต่	只	21
แตก	破碎	20
แต่ง	造（句）	18
แต่งงาน	结婚	20
โต๊ะ	桌子	1
ใต้	（在）……下	4

ถ

ถ้วย	杯子	16
ถ้วยแก้ว	玻璃杯	16
ถอด	脱	21
ถ่อมตัว	谦虚	17
ถ้า	如果	14
ถาม	问	13
ถึง	到	12
ถึง = จึง	才	20
ถู	拖（地）	5
ถูก	对	5
ถูก	便宜	19
ถูกต้อง	正确	14
เถอะ	吧	14

ท

ทบทวน	复习	6
ทราบ	知道	13
ทรุด	（病情）恶化	21
ทอง	金	13
ท่อง	背诵	15
ท้อง	肚子	17
ท้องเสีย	拉肚子	17
ทักทาย	寒暄	18
ทักทายปราศรัย	寒暄	18
ทั้ง	全，整	20
ทั้งหมด	总共，全部	20
ทัน	来得及	20
ท่า	看样子	20
ทาง	路	19
ทาน	吃	6
ทานข้าว	吃饭	6
ท่าน	他，她（尊称）	18
ทำ	做，干	5
ทำ	弄（丢、坏）	20
ทำงาน	工作	8
ทำความสะอาด	扫除，打扫卫生	12
ทำแบบฝึกหัด	做作业，做练习	12
ทำไม	干吗	13
ทิ้ง	扔，丢，投（信）	19
ที	= ครั้ง	20
ทีหลัง	以后，下次	18
ทีม	（运动）队	15
ทีวี = โทรทัศน์	电视	19

ที่	（在）……地方	4
ที่	第……（与数字构成序数词）	13
....ที่แล้ว	过去了的，上一（年、月、日、星期）	17
ที่สำคัญ	主要的是	15
....ที่สุด	最	15
ที่สุด	最后	14
ที่หมาย	目的地	21
ทุก	每	13
ทุกที	渐渐地，逐渐地，越来越……	21
ทุ่ม	点（晚7点至11点用）	16
เทป	录音带	6
เทอม	学期	18
เท่าไร	多少	11
เท่าไหร่ = เท่าไร	多少	14
เท้า	脚	2
เที่ยง	晌午，中午	15
เที่ยงคืน(สองยาม)	午夜	18
เที่ยงวัน	中午，正午	18
เที่ยว	遍，趟	15
เที่ยว	玩，游玩	18
แท่ง	支（铅笔的量词）	11
โทรทัศน์(โท-ระ-ทัด)	电视	16
ไทย	泰国	8

ธ

ธุระ	事务	17
เธอ	你（长辈对晚辈或平辈间用）	4

น

นอก	外	21
นอกจากนั้น	此外	20
น้อง	弟弟；妹妹	20
น้องชาย	弟弟	20
น้องสะใภ้	弟媳	20
น้องสาว	妹妹	20
นอน	睡觉	5
น้อย	少	19
นะ	啊（语气助词）	13
น่ะ	啊（语气助词）	13
นักเรียน	学生（一般指中小学生）	15
นักศึกษา	（大）学生	4
นั่ง	坐	4
นั่น	那	1
นั้น	那	9
นับว่า	可以说，算得上	19
นา	吧（表示恳求的语气助词）	19
นาที	分（钟）	12
น่าอยู่	（住着）舒适	16
น้า	舅或姨（妈妈的弟弟或妹妹）	18

233

นาน	久	16
นาฬิกา	点（钟）；钟表	12
น้ำ	水	8
น้ำแข็ง	冰	21
น้ำชา	茶水	10
นิตยสาร	杂志	15
นิทาน	故事	17
นี่	这	1
นี่ไง	这不，这不是吗	13
นี้	这	9
นึก	想	16
แน่	一定	18
โน่น	那（远指）	1
โน้น	那（远指）	9
ใน	（在）……里	4

บ

บท	篇，课（量词）	10
บทความ	文章	17
บทเรียน	教材，课本	6
บทสนทนา	会话课	13
บน	（在）……上	4
บอก	告诉	14
บอกไม่ถูก	说不清，难以说清	20
บ่อย	常常，经常	16
บันทึก	记录	17
บันทึกประจำวัน	日记	17
บันเทิง	娱乐	17
บัวขาว	白莲花（歌曲名）	17

บาง....	某些，有些	15
บางที	有时	15
บางที	兴许，或许	20
บ้าง	一些	13
....บ้าง ....บ้าง	有时……有时……；有的……有的……	14
บ้าน	家	18
บ่าย	下午	13
บ่ายนี้	今天下午	13
บาสเกตบอล	篮球	8
บิน	飞	21
บิลเลียด	台球	14
บุหรี่	香烟	17
เบอร์	号码	14
เบา	轻	21
เบียร์	啤酒	20
เบื่อ	厌烦	20
แบดมินตัน	羽毛球	15
แบบฝึกหัด	练习	13
โบราณ	古的	15
ใบ	个（量词）	17

ป

ปก	封面，封皮	19
ปกแข็ง	硬皮	19
ปกอ่อน	软皮	19
ประกอบ	配合；伴奏	17
ประจำวัน	每日的	17

ประชุม	会；开会	15
ประเดี๋ยว	一会儿	18
ประตู	门	2
ประเทศ	国家	13
ประโยค(ประ-โหยก)	句子	13
ประวัติศาสตร์	历史	13
ประสงค์	（男人名）	14
ปลดเกษียณ	退休	20
ปลา	鱼	20
ปลูก	种植	20
ปวด	疼，痛	21
ปวดหัว	头疼	21
ป่วย	生病	18
ปะ	修补	19
ปักกิ่ง(เป่ยจิง)	北京	13
ปัญหา	问题	13
ปัด	掸	16
ป้า	姑或姨（爸爸或妈妈的姐姐）	18
ปาก	嘴	1
ปากกา	钢笔	1
ปากกาลูกลื่น	圆珠笔	19
ป่านนี้	现在，此时	20
ปิงปอง	乒乓球	8
ปี	年	19
ปีกลาย	去年	21
ปู่	祖父	20
เป็น	是	13
เป็น	会	17
เป็นไง	怎样，如何	16
เป็นเพื่อน	做伴	18
เป็นห่วง	担心	18
เป็นหวัด	（患）感冒	21
เป็นอะไรไป	怎么啦，生什么病啦	21
เปล่า	不，没有	13
เปลี่ยน	变	21
เปิด	开	16
เปียก	湿	21
เปื้อน	弄脏	21
แปด = ๘	九	11
แปรง	刷	5
แปล	翻译	14
โปรด	请	18
ไป	去	5
ไปหน่อย	……了点儿	19

ผ

ผม	我（男性用）	3
ผม	头发	5
ผลไม้(ผน-ละ-ไม้)	水果	14
ผอม	瘦	10
ผัก	蔬菜	21
ผ้า	布	5
ผ้าขนหนู	毛巾	3
ผ้าขี้ริ้ว	抹布	16
ผ้าเช็ดหน้า	手绢，手巾	3

235

ผ้าห่ม	被子	16
ผิด	错	18
ผึ่ง	晾	16
ผึ่งแดด	晾晒	16
ผู้ขายของ	售货员	19
เผา	烧	20
แผนที่	地图	16
แผ่น	张（纸张的量词）	20
แผนก	科，部门	21

ฝ

ฝน	雨	17
ฝาก	托付，托带，寄放	18
ฝากความคิดถึง(ไป、มา)ถึง....ด้วย	向……问好	18
ฝ่าย	方面	17

พ

พจนานุกรม(พด-จะ-นา-นุ-กรม)	词典	13
พบ	遇见，会面	14
พบกันใหม่	再见	9
พม่า	缅甸	15
พยาบาล	护理	21
พยายาม	努力	18
พระราชวังโบราณ (พระ-ราด-ชะ-)	故宫	15
พรุ่งนี้	明天	13
พลศึกษา(พะ-ละ-)	体育	18
พวก	们；类	19
พอ	凑合，基本上	13
พอ	够	17
พอใจ	满意	14
พอดี	正好	19
พอดู	相当	18
พ่อ	爸爸	18
พัก	休息	7
พี่	哥哥；姐姐	18
พี่ชาย	哥哥	20
พี่น้อง	兄弟；姐妹	20
พี่สาว	姐姐	20
พี่สะใภ้	嫂子	20
พื้น	地面；地板	5
พูด	说	6
เพราะ	悦耳，动听	17
เพราะ	因为	20
เพลง	歌曲	17
เพิ่ง	刚	17
เพียง	仅	21
เพี้ยน	偏	19
เพื่อน	朋友	13
เพื่อนนักเรียน	（中、小学）同学	18
เพื่อนนักศึกษา	（大学）同学	13
แพ้	失败	18
แพง	贵	19

ฟ

| ฟัง | 听 | 6 |

ฟัน	牙齿	1
ฟุตบอล	足球	8
ไฟ	火；灯	2
ไฟฟ้า	电；电灯	2

ภ

ภรรยา	妻	20
ภาควิชา	系	11
ภาษา	语言	8
ภาษาต่างประเทศ	外语，外文	13
ภาษาไทย	泰语	6

ม

มวย	打拳	20
มหาวิทยาลัย (มะ-หา-วิด-ทะ-ยา-ลัย)	大学	13
มหาวิทยาลัยภาษาต่างประเทศ	外国语大学	18
มอเตอร์ไซค์	摩托车	17
มะรืนนี้	后天	16
มัก	往往，经常，总是	14
มั่ง = บ้าง	一些	15
มั้ง = กระมัง	吧	16
มัน	它	17
มา	来	5
....มา	（用在动词后表示完成或经历）	13
ม้านั่ง	凳子	1
มาก	很	10
มิ = ไม่		16
มิน่าเล่า	怪不得	20
มี	有	11
มีไข้	发烧	21
มึน	晕	21
มืด	暗	10
มือ	手	2
มื้อ	顿（饭），餐	19
เมื่อ	当……时候	21
เมื่อก่อน	以前	20
เมื่อคืน	昨晚	13
เมื่อตะกี้	刚才	21
เมื่อวาน	昨天	13
เมื่อวานซืน	前天	16
เมื่อไหร่ = เมื่อไร	什么时候	17
เมื่อย	酸痛	21
แม่	妈妈	18
แม่น	（记得）牢，准	16
โมง	点（钟）	12
ไม่	不	2
ไม่ค่อย....	不太……	10
ไม่ได้	没有	13
ไม่เบา	不轻；相当	21
ไม่เป็นไร	不客气，没关系	10
ไม่ยัก....	竟不……	20
ไม่....เลย	一点儿也不……	10
ไม่เลว	不错	13
ไม้กวาด	扫帚	13
ไม้ถูพื้น	拖把，墩布	13

ย		
ยัง	还，还没有	6
ยังงี้ = อย่างนี้	这样	13
ยังไง = อย่างไร	怎样	14
ยา	药	21
ย่า	祖母	20
ยาก	难	10
ยาง	橡胶	19
ยาย	外祖母	20
ยาว	长	9
ย่ำค่ำ	击鼓报昏（晚六时整）	18
ย่ำรุ่ง	击鼓报晓（早六时整）	18
ยี่สิบ = ๒๐	20	12
ยี่สิบสอง= ๒๒	22	12
ยี่สิบเอ็ด = ๒๑	21	12
ยืน	站，立	5
ยืม	借	13
ยุ่ง	忙	21
เย็น	傍晚	13
เย็น	凉	21
เย็นนี้	今天傍晚	13
เยอะ	多	16
เยี่ยม	探望，拜访	13
แย่	糟	20
ร		
รถ	车	17
รถเมล์	公共汽车	18
ร่ม	伞	20
ร่วม	几乎，将近（某个数）	20
รวย	富	21
รองเท้า	鞋	3
ร้อง	唱	14
ร้อน	热	13
ร้อย	百	14
ระบำ	舞蹈	17
ระยะ	距离	15
ระวัง	小心	18
ระหว่าง	之间	13
รักษา	治疗	21
ราคา	价格	19
ร่างกาย	身体	15
ร้านขายของ	商店	8
ร้านขายหนังสือ	书店	14
ร้านค้า	商店	19
ราว	大约	18
รำ	跳舞，舞蹈	17
รำวง	南旺舞，圈舞	17
รีด	熨	19
รื่นเริง	欢乐	17
รู้	知道	13
รู้จัก	认识	15
รู้เรื่อง	明白，懂	14
รู้สึก	感觉，觉得	13
รูป	（句型的量词）	18

词汇表

รูปประโยค	句型	13
เร็ว	快	16
เร็วๆ เข้า	快点儿	12
เร็วๆ นี้	近来，最近	17
เรา	我们	7
เริ่ม	开始	14
เรียก(ว่า)	叫（作），称（为）	14
เรียง	排列	14
เรียน	学习	6
เรียน	上课	7
เรียบร้อย	整齐	16
เรื่อง	事	13
เรื่อง	事情；事情、小说、电影等的量词	17
เรื่องราว	事情	14
เรือน	块，只（量词）	20
โรค	病	21
โรคภัยไข้เจ็บ	疾病	21
โรง	（用于某种用途的建筑物或场所）	8
โรงพยาบาล	医院	7
โรงเรียน	学校	18
โรงเรียนมัธยม (-มัด-ทะ-ยม)	中学	18
โรงอาหาร	食堂，餐厅	8

ล

ลง	下；（表示向下的、趋坏的趋向动词）	21
ลงทะเบียน	挂号，登记，注册	20
ลด	减少，减退	21
ลบ	擦去	20
ลม	风；气	17
ลอง	试	18
ลอยกระทง	漂水灯	17
ละ	了（表示决定、肯定的语助词）	18
....ละ....	每一	19
ล่ะ	呢	3
ละคร	剧	17
ละครพูด	话剧	17
ลา	告辞	9
ล้าสมัย	过时	20
ล้าง	（清）洗	5
ลายมือ	手迹，字迹	14
ลิ้นชัก	抽屉	4
ลืม	忘记	20
ลุง	伯父或舅（爸爸和妈妈的哥哥）	18
ลูก	个（量词）	17
ลูก	儿女，子女	20
ลูกคนโต	老大	20
ลูกชาย	儿子	20
ลูกพี่ลูกน้อย	堂兄、弟、姐、妹；表兄、弟、姐、妹	20

ลูกสะใภ้	儿媳	20
ลูกสาว	女儿	20
เล็ก	小	9
เลคเชอร์	讲座	15
เล่น	玩，打（球）	8
เล็บ	指甲	16
เล่ม	本（书本的量词）	9
เลย	（语气词）	20
เลว	坏	13
เล่า	讲，叙述	17
เลิก	散（会、场）	18
เลิกเรียน	下课	7
เลี้ยง	养	20
แล้ว	了	12
แล้ว	然后	16
แล้วเสร็จ	结束	14
และ	和	13

ฤ

ฤดู	季节	15
ฤดูร้อน	夏季	15
ฤดูหนาว	冬季	15

ว

วลี	短语	13
วอลเลย์บอล	排球	8
วัง	宫	15
วัน	日子	13
วันจันทร์	星期一	13
วันนี้	今天	13
วันพฤหัสฯ	星期四	13
วันพุธ	星期三	13
วันศุกร์	星期五	13
วันเสาร์	星期六	13
วันหลัง	今后，以后，往后	18
วันอังคาร	星期二	13
วันอาทิตย์	星期日	13
ว่า	（关连词）	13
ว่า	说	17
ว่าจะ....	打算……，正想……	11
วาง	放	16
ว่าง	空闲	13
วานนี้(เมื่อวาน เมื่อวานนี้)	昨天	16
ว่ายน้ำ	游泳	15
วิ่ง	跑	15
วิ่งระยะไกล	长跑	15
วิชา	课程	13
วิทยุ	无线电广播	21
วิศวกร(วิด-สะ-วะ-กอน)	工程师	20
วิศวะ (วิด-สะ-วะ)	工程	20
เวลา	时间	12
เวลาเป็นเงินเป็นทอง	时间就是金钱，时间就是财富	13
ไว้	放置	14

ศ

ศัพท์	生词	13

ส

สกปรก(สก-กะ-ปรก)	脏	16
สเก็ต	滑冰	15
ส่ง	送，交	14
สด	新鲜	21
สนใจ	关心，注意	15
สนทนา(สน-ทะ-นา)	会话	13
สนับสนุน	支持	20
สนาม	操场，场地	8
สนามกีฬา	运动场	8
สนุก	有趣	17
สบาย	舒适	10
สบายดี	（身体）好；很舒适	2
สบู่	肥皂	3
สมุด	本子	2
สโมสร	俱乐部	17
สระ(สะ)	洗（头）	5
สระ(สะ)	池，湖	5
สระ(สะ-หระ)	元音	14
สวน	园地，公园	15
ส่วน	至于	14
ส่วนมาก	大部分	14
สวม	穿	19
สวย	美，漂亮	9
สวัสดี	你好	1
สว่าง	明亮	10
สหกรณ์(สะ-หะ-กอน)	合作社	19
สอง = ๒	二	11
สองยาม	午夜	18
สอน	教	13
สอบ	考试	14
สอบตก	（考试）不及格	14
สะกด	拼写	14
สะดวก	方便	19
สะอาด	干净，清洁	10
สะอาดสะอ้าน	=สะอาด	16
สัก....	（后接数词，表一个概数）	18
สักครู่	一会儿，片刻	21
....สักหน่อย	一下儿，一会儿	19
สั่ง	吩咐，命令，交待	18
สั้น	短	9
สัปดาห์	周，星期	13
สาขาวิชา	（系下面的）专业	11
สาม = ๓	三	11
สามก๊ก	三国	17
สามัคคี	团结	18
สาย	迟，晚	19
สำคัญ	重要	15
สิ	（语气词）	6
สิบ = ๑๐	十	11

สิบสอง = ๑๒	十二	12
สิบเอ็ด = ๑๑	十一	12
สี	颜色	19
สี่ = ๔	四	11
สุขภาพ(สุ-ขะ-)	身体状况	15
สู้	比，斗	15
สู้ได้	比得过，赛得过	15
สู้ไม่ได้	比不过，赛不过	15
สูง	高	9
สูบ	抽，吸	17
เสร็จ	完，结束	13
เสีย	坏	17
เสีย = ตาย	去世	20
เสีย	花费	21
เสีย	（起强调作用的趋向动词）	18
....เสียก่อน แล้วค่อย....	先……，（然后）再……	16
....เสียแล้ว	已经……了	17
....เสียหน่อย	……一下	16
เสื้อ	衣服（指上衣）	3
เสื้อเชิ้ต	衬衣	19
เสื้อเชิ้ตแขนยาว	长袖衬衣	19
เสื้อนอก	外衣	21
เสื้อผ้า	衣服，服装	19
แสดง	表演	17
แสตมป์(สะ-แต็ม)	邮票	19

ห

หก = ๖	六	11
หญิง	女	9
หน่อย	一下	14
หนัก	重；（雨）大	18
หนัง	电影	6
หนังสือ	书	2
หนังสือพิมพ์	报纸	6
หน้า	脸	5
หน้า	前面	14
หน้า	季节	21
หน้าต่าง	窗	2
หน้าประตู	门前，门口	14
หน้าหนาว	冬天，凉季	21
หนาว	冷	13
หนึ่ง = ๑	一	11
หนู	我（女孩自称）；你（大人称呼女孩）	13
หมด	完，光	16
หมด	全……	19
หมอ	大夫	7
หมายความว่า	意思是	14
หมู่นี้	近来	21
หยุด	停止	20
หยุดพัก	休息	13
หรอก	（强调否定时用的语气助词）	15

หรือ	或者，还是	14
หรือ	吗	15
หรือเปล่า	……了吗，……了没有	13
หรือยัง	……了吗	6
หลวม	宽，松	19
หลัง	后，之后	15
หลังจาก	之后	18
หลับ	睡着	20
หลาน	侄（子、女）；孙（子、女）	20
หลานชาย	侄子；孙子	20
หลาย....	好几……	14
หวัด	感冒	21
หอ	堂，厅，馆	16
หอพัก	宿舍楼	16
หอสมุด	图书馆	8
ห่อ	包，裹；包裹	20
ห้อง	房间，屋子	4
ห้อง	间（房间的量词）	9
ห้อง	班（学生班级的量词）	11
ห้องน้ำ	盥洗室，洗手间	8
ห้องพัก	宿舍	2
ห้องเรียน	教室	2
ห้องสมุด	图书室	4
ห้องอาบน้ำ	浴室	8
หัก	（折）断	20
หัด	练	13

หัว	头	21
หัวหน้า	首领，……长	13
หัวหน้าชั้น	班长	13
หัวหน้าฝ่ายบันเทิง	文娱委员	17
หา	找	7
ห้า	=๕ 五	11
หาย	丢失	14
หาย	（病）愈；（人）不见了	21
หิว	饿	20
หู	耳朵	1
เห็น	看见	16
เห็นจะ	看来	18
เหนื่อย	累	13
เหม็น	臭	21
เหล่านั้น	那些	20
เหล่านี้	这些	15
เหล้า	酒	19
แห่ง	（处所的量词）	20
แหละ	就（语气词）	19
ให้	使，让	13
ให้	给	16
....ให้	替……，为……	19
ใหญ่	大	9
ใหม่	新	13
ใหม่	重新，重，再	18
ไหน	哪儿	4
ไหม	吗	2

243

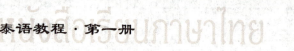

อ

องศา	度（量词）	21
อย่า	别，不要	17
อยาก	想，欲	16
อย่าง	种，样	15
อย่างไร	怎样	13
อยู่	在（动词）	4
อยู่หน่อย	有点儿……，稍……了点儿	19
อ้วน	胖	10
อ้อ	噢	18
ออก	出去，出发	18
ออกกำลังกาย	体育锻炼	8
ออกเสียง	发音	13
อ่อน	软	19
อะไร	什么	1
อังกฤษ	英国	8
อัด	压、挤、塞（进去）	18
อัด(เสียง)	录（音）	18
อา	叔或姑（爸爸的弟弟或妹妹）	18
อาการ	病情	21
อากาศ	天气，空气	13
อาจ....ก็ได้	可能，也许	20
อาจารย์	老师	4
อาจารย์ประจำชั้น	班主任	13
อาชีวะ	职业	18
อาชีวศึกษา(อา-ชี-วะ-)	职业教育	18
อาทิตย์	周，星期	19
อ่าน	读、念	6
อาบน้ำ	洗澡	8
อายุ	年龄	20
อารี	（女人名）	14
อาหรับ	阿拉伯	16
อาหาร	饭菜，食物	8
อาหารเช้า	早餐	18
อินโดนีเซีย	印尼	15
อิ่ม	饱	18
อีก	再，又，另	13
อืม	嗯	15
อื่น	其他	15
อือ	嗯	14
อุณหภูมิ(อุน-หะ-พูม)	气温	21
เอง	自己	16
....เอง	就……（副词）	21
เออ	哦	12
เอา	拿	14
เอา	好吧	19
เอาใหม่	重来	18
ไอ	咳嗽	21

ฮ

ฮ่ะ	=ครับ（口语，答话时用）	18